கவியழகே
கண்மணி...

ரியா மூர்த்தி

Made with ♥ on the Notion Press Platform
www.notionpress.com

பொருளடக்கம்

முன்னுரை

அன்புள்ளங்களுக்கு வணக்கம்,

நான் ரியா மூர்த்தி. இதுவரை இருபதுக்கும் அதிகமான நாவல்கள் எழுதி இருக்கிறேன். அவ்வப்போது கவிதைகள் புனைவதும் உண்டு...

நான் எழுதும் கதைகள் எவரும் தொடாத கதைக்களமாக இருக்க வேண்டும் என எப்போதும் நினைப்பதுண்டு. அந்த நினைப்பினாலேயே, சில கதைகள் காலங்கள் கடந்த பின்பும் ரசிகர்களால் கொண்டாடப்படுகின்றது.

காதல், குடும்பம், திகில், குற்றம், நகைச்சுவை, கிரிக்கெட், மாற்றுத்திறனாளி, அறிவியல், தொழில்நுட்பம், திருட்டு, காலப்பயணம், மந்திரம், ஏலியன் என்று எல்லா வகையான கதைக் களங்களையும் முயற்சி செய்திருக்கின்றேன்.

2020 புதினம் போட்டியில் நான் எழுதிய, 'ஆடுகளம்' கதை முதல் பரிசை வென்றது. அதன்பிறகு, பிரதிலிபியிலும் பிற தளங்களிலும் கதை, கவிதை பிரிவில் பல்வேறு பரிசுகள் கிடைத்திருக்கின்றது.

2022 மார்ச் மாதம் பெண்கள் தினத்தை முன்னிட்டு, நான் பிறந்த ஸ்ரீவில்லிபுத்தூரில் 'ஆளுமை பெண்மணி விருது' கிடைத்தது.

'டிராவல்ல ஒரு காதல்...' எனும் திரைப்படத்திற்கு தாரைக்கதை எழுதியிருக்கிறேன்.

இன்னும் நிறைய புதினங்கள் படைக்கவே அவா. உடனிருந்து உற்சாகப்படுத்தும் அனைத்து வாசகர்களுக்கும் என் எழுத்துக்கள் சமர்ப்பணம்.

நன்றி

முகவுரை

சமர், வேலைப்பளுவோடு கவிதைகள் புனையும் இக்காலத்து கவிஞன். அவனுக்கு கவியோடு உருவான உறவு, இன்று அவனை உலகறிய பெருமை கொள்ள செய்திருக்கிறது.

சமர் நண்பனின் திருமணத்திற்காக தேனிக்கு போகிறான். அங்கே அவன் கவியை மிஞ்சும் ஓர் கவித்துணுக்கு கிடைக்கின்றது.

தன் மனங்கொள்ளை கொண்ட அந்த கவிதாயினையை அவன் சந்திப்பானா? சந்தித்த பிறகு அவர்கள் இருவரின் உறவு நிலை என்ன? தெரிந்துகொள்ள வாசியுங்கள் கவியழகே கண்மணி.

1

வானம் மண்ணுக்குக் கொடுத்தனுப்பிய முத்தத் தூறல்கள் யாவும், மழை என்ற பெயரில் தரையை முழுவதுமாய் நனைத்து விளையாடிய அதிகாலைப் பொழுது அது.

சென்னையின் அக்கினி வெயிலுக்கு மட்டுமே பழக்கப்பட்டிருந்த அந்த நான்கு சக்கர வாகனம், முதல் முறையாகத் தேனி மாவட்டத்தின் தேன் தடவப்பட்ட தென்றலின் தழுவலால் சுக போதை கொண்டு, தன் பாதை மறந்து பயணித்துக் கொண்டிருந்தது.

இருளுக்கும் விடியலுக்கும் இடைப்பட்ட பொழுதினை இடியுடன் கூடிய மழை அழகாகக் காட்சிப்படுத்திட, அதை வாகனத்தின் பின் இருக்கையில் அமர்ந்திருந்த சமர், தன் பேனாவால் அழகானக் கவிதையாய் வார்த்துக் கொண்டே வந்தான்.

தென்றலே...
இல்ல, இல்ல...
பனியே, குளிரே...
ம்ஹூம் அப்டியும் இல்ல
ஓ... ஓ...
பனியே தனியே
எனையே தனையே
உயிர்க்கும் உலகே
பழகே அழகே
எதையும்ம்ம்...
ம்ச்சு, எதுவும் சரியாப் பொருந்தி வரலையே..
ந, தநந, த, நநநா, ர, ரரரா, ஆஹா...
மாரி துளியே
நின்
ஆதி வழி மொழியாயோ,
வளிவெளியே

உலகுக்கு முன் உயிர்தாயா ?
பல வழி குலம்
வழியென கடந்தாயா ?
நின் கதை யுரையாயோ
பேர்பெருங்கிழவியே?
ஊரறியா பேரறியா
உருவந்தினுள்ளே
அருவமூட்டினாயோ ?
அப்புறம் என்ன எழுதலாம்???

என்று சமர் யோசித்துக் கொண்டிருந்த நேரத்தில், அவன் அருகில் அமர்ந்திருந்த சிவா, "டேய் சமர்.. அடங்க மாட்டியா டா நீ?" என்று சொல்லிக்கொண்டே அவன் கையிலிருந்த காகிதங்களை வலுக்கட்டாயமாய் பிடித்து இழுத்தான்.

அடுத்த கணமே பளார்... என்றொரு அறை விழ, அந்த வாகனமும் அவசர பிரேக் அடித்து நிறுத்தப்பட்டது.

முன் இருக்கையில் நன்கு உறங்கிக் கொண்டிருந்த சந்துரு வாகனத்தின் டேஷ் போர்டில் போய் முட்டிக் கொள்ள, வாகனத்தை ஓட்டிக் கொண்டிருந்த வினய் தலையில் கைவைத்தபடி பின் இருக்கையினைத் திரும்பிப் பார்த்தான்.

சந்துரு, "ஏன்டா சடன் பிரேக் அடிச்சீங்க? ஆக்சிடென்ட் ஏதாவது பண்ணிட்டோமா?" என்று பதறிட,

வினய், "உன் வாயில வசம்பு வச்சு தேய்க்க. என்ன ஆச்சுனு பின்னாடி இருக்குறவன கேளுடா" என்று எரிந்து விழுந்தான்.

சந்துரு, "என்னடா ஆச்சு? பேய் கீய்னு ஏதாச்சும் பாத்துட்டீங்களா?" என்றான்.

சிவா, "உன் வாயில நல்ல வார்த்தையே வராதாடா? இன்னும் மூணு நாள்ல கல்யாணம் பண்ணப் போற புது மாப்பிள்ள நானு, என்ன பத்திரமா கூட்டிட்டு போவீங்கனு உங்கள நம்பி வந்தா இப்படி ரவுடிசம் பண்றீங்களே?" என்றான்.

சமர், "என் கவிதை பேப்பர தொடக் கூடாதுனு எத்தனை தடவை உன் கிட்ட சொல்லி இருக்கேன் நான்? அவனுங்க ரெண்டு பேரும் என்னைக்காவது இப்படி செய்யிறாங்களா? நீ மட்டும் ஏன்டா எப்ப பாரு என்ன வெறுப்பேத்துறதுக்காகவே இப்படியெல்லாம் சேட்டை பண்ற?"

காரணத்தைத் தெரிந்து கொண்டதும் சந்துரு பழையபடி தன் இருக்கையில் கண்ணை மூடி படுத்துக் கொண்டான். வினய்யும் பாதையில் கவனத்தை வைத்து வாகனத்தைச் செலுத்த ஆரம்பித்தான்.

கார் சில அடிகள் நகர்ந்ததும் சிவா, "ரெண்டு மூணு கவிதைய சினிமாவுல பாட்டா எடுத்துட்டாங்கனு ஓவரா பிகு பண்ணாத. நாங்கெல்லாம் கவிதை எழுத

ஆரம்பிச்சா நாடும் வீடும் தாங்காதுனு கம்முனு இருக்கோம்" என்றான்.

ஆம்! சமர் ஒரு பிரபலமான கவிஞன். ஆனால் தொழில்முறை கவிஞனாய் இருப்பதில் அவனுக்கு விருப்பமில்லை. நிரந்தரப் பணியாக ஐடி நிறுவனத்தில் வேலை பார்த்துக் கொண்டே, தன் எண்ணங்களை எழுத்து வடிவில் கவிதையாய் வடிக்கின்றான்.

திரையுலகில், இணையதளங்களில், அச்சுப் புத்தக வடிவில் எனப் பல விதங்களில் அவன் கவிதைகளுக்கு ஏகப்பட்ட பாராட்டுகளும் பரிசுகளும் வந்து குவிந்திருக்கிறது. ஆனால் இன்று வரை அவன் தன் அடையாளம் என்று எதையும், இந்த உலகத்தின் முன்பு வெளிப்படுத்திக் கொண்டதில்லை.

அதற்குக் காரணம், கவிதை மேல் அவன் கொண்டிருக்கும் காதல்... காசு பணத்திற்காகக் கவிதையை விற்பது கஷ்டப்பட்டுப் பெற்றெடுத்த பிள்ளையை விற்பதற்குச் சமம் என்று சமர் நினைத்தான்.

ஆதலாலேயே எழுத்தை தன் வருமானமாகப் பார்க்காமல், வரமாக நினைத்துக் கொண்டு வாழ்கிறான். எழுதும் கவிதைகளை உலகின் பார்வைபடும் இடத்தில் சேர்ப்பதோடு அவன் எல்லைக்கோடு நின்றுவிடும், அவற்றினுக்கு கிடைக்கப் பெறும் பரிசுகளைக்கூட அவன் தேடிச் சென்று வாங்குவதில்லை.

அவைகளே அவனது வீடு தேடி வந்து சேரும்படி செய்துவிட்டு தன் வேலையைப் பார்க்கப் போய்விடுவான்..

இத்தனை இளம் பிராயத்தில் எழுத்துலகில் கரை கண்ட அவனுக்கு, இருக்கவே இருக்கின்றது ஒரு கெட்ட பழக்கமும். எதையுமே செய்வதற்கு முன்பு யோசிக்கவே மாட்டான், அதிலும் கவிதை விஷயத்தில் கண்ணைக் கட்டிக் கொண்டு மனம் சொல்லும் வழியில் செல்லும் ஆகச் சிறந்த கொடூரன்.

அவனின் நண்பர்கள் மூவரும் அவனைப்போல் இல்லை, மூன்று பேரும் மூன்று விதமான குணம் கொண்டவர்கள். சிவா எப்போதும் துறுதுறுவென நக்கல் நையாண்டி செய்பவன். ஆனால் நண்பர்களுக்காக உயிரையும் கொடுக்கும் நல்லவன்.

வினய் அதற்கு நேர் எதிர், இந்த நால்வரில் அவன் தான் ஐந்து வருடம் பெரியவன். இவர்களின் டீம் ஹெட்டும் கூட. இடியே விழுந்தாலும் தன்னருகில் இருப்பவனைக் கண்டு கொள்ளும் குணம் இல்லாத அவனுக்கு, இம்மூவரையும் ஏனோ ஆரம்பம் முதலே ரொம்பவும் பிடித்துப் போனது.

அதற்காக அவன் ஒட்டி உறவாடுவதில்லை. தன் பொருளுக்கும் பணத்திற்கும் எந்த ஆபத்தும் இல்லாத தூரத்தில் அவன் அன்பும் அக்கறையும் நின்றுவிடும்.

சந்துரு புத்திசாலி, எந்த ஒரு பிரச்சனைக்கும் பத்துவிதமான முடிவுகளை எடுத்துக் காட்டிவிடுவான். இதனாலேயே எப்போதும் ஏகப்பட்ட வழிகளில் அவன் மூளை துரிதமாகச் செயல்படும்.

இவர்கள் மூவரையுமாவது ஒரு வகையில் சேர்த்துவிடலாம், ஆனால் சமர் விசித்திரத்திலும் விசித்திரமானவனாய் இருந்தான். அவன் ஒரு தனிமை விரும்பி...

இயற்கை, மரம், இன்ன பிற உயிரினங்கள் என்று அத்தனை உயிர்களிடத்தும் காதல் கொள்ளும் கலியுகக் கந்தர்வன். அதிலும் முற்போக்குத்தனம் அவனுக்கு கொஞ்சம் அதிகம்.

சிறு வயதிலிருந்தே அவனுக்கு சரளமாகக் கவிதை எழுத வந்தது. தனக்கு எழுத்து சுலபமாய் கை வருகின்றது எனத் தெரிந்ததும், தாய்மொழியாம் தமிழ் மீது அதீத காதல் கொண்டு, பிறர் எளிதில் உபயோகிக்காத பழந்தமிழ் வார்த்தைகளைப் போட்டு கவிதை எழுத ஆரம்பித்தான்.

நாளடைவில் கவிதையே அவன் மீது காதல் கொண்டது. எந்த தலைப்பை எடுத்தாலும் இதைவிட வேறு எவராலும் இந்தக் கவிதையை நன்றாக எழுதமுடி-யாது, என்பதைப் போல நேர்த்தியாக எழுதிவிடும் வித்தகன் அவன்.

அந்த அறிவுக்குப் பிரதிபலனாய் சில வருடங்களுக்கு முன் வெள்ளித்திரையில் இருந்து சில வாய்ப்புகள் தேடி வந்தது. தர்மனுக்கு தம்பி போல, எந்தக் கேள்வியும் கேட்காமல் தன் கவிதைகளைத் தூக்கிக் கொடுத்தான். வந்தவரைக்கும் லாபம் என்று அவர்களும் தூக்கிக் கொண்டு சென்றுவிட்டனர்.

அவன் நினைத்திருந்தால் கிடைத்த வாய்ப்பை பயன்படுத்தி, திரையுலகில் தடம் பதித்திருக்கலாம். ஊர் மெச்ச மேடையேறி விருது வாங்கும் அளவுக்கு தன் வாழ்க்கையை வழிநடத்திச் சென்றிருக்கலாம்.

அவன் உபயோகிக்கும் கவிதைக்கான வார்த்தைகளில் மட்டுமே தன் வல்-லமையைக் காட்ட நினைத்தான். மற்றபடி வீடு வேலை என்று சாமானியனாய் இருப்பதிலேயே அவன் மனம் இன்புற்றிருந்தது.

அவனின் இந்த குணம்தான் அவனது நண்பர்களுக்கும் பிடித்திருந்தது. இவர்-கள் அனைவருக்கும் பிறந்து வளர்ந்த இடங்கள் வேறு வேறாக இருந்தபோதும், ஐடி நிறுவனம் எனும் நிழற்குடையின் கீழ் ஒன்றாக இணைந்து விட்டனர்.

ஆள் இருக்கும் போது ஒரு மாதிரியும் ஆள் இல்லாத போது ஒருமாதிரியும் மாற்றி மாற்றிப் பேசிடும் நபர்களுக்கு மத்தியில் இவர்கள் நால்வரும் தங்களுக்கு தாங்களே நேர்மையான நட்போடு பழகினார்கள்.

அந்த நட்பின் காரணமாகவே நான்கு நாட்கள் விடுமுறை எடுத்துக் கொண்டு சிவாவின் திருமணத்திற்காக அவனது சொந்த ஊர் வரைக்கும் வந்திருக்கின்றனர்.

கார் தேனிக்குப் பக்கத்தில் இருக்கும் ஒரு சிறு ஊருக்குள் நுழைந்தது. சிவா-வின் வீட்டு முன்பு வாகனம் நின்றதும், ஒட்டுமொத்த தெருவும் அந்த வாகனத்-தைச் சுற்றி குவிந்துவிட்டனர்.

மணமகனின் தோழர்களாக வந்திருக்கும் மூவரையும் சிவாவின் உறவுகள் அன்பும் அக்கறையும் கலந்த குரலில் வரவேற்றனர். அனைவருக்கும் பொதுவான வணக்கத்தை வைத்துவிட்டு நண்பர்கள் கூட்டம் வீட்டிற்குள் நுழைந்தது.

கூன் விழுந்த பாட்டி தட்டுத்தடுமாறி கூடத்திற்கு வந்து, "வாய்யா ராசா" என்று சிவாவின் நெற்றியை வழித்தெடுத்து திருஷ்டி கழித்தார்.

அவரைப் பின்பற்றி வந்த அவனின் தாத்தா, "யாருய்யா அது? உன்னோட கூட்டாளிகளா?" என்றிட, வினய்க்கும் சந்துருவுக்கும் அந்தக் கேள்விக்கு எந்த பக்கம் தலையாட்டுவது என்று தெரியவில்லை.

சமர் மட்டும் நமட்டுச் சிரிப்போடு, "ஆமாங்க" என்று தலையாட்டினான்.

சந்துரு, "கூட்டாளியா? அவங்க பேசுற வார்த்தைக்கு அர்த்தம் உனக்கு புரியுதாடா?" என்றான்.

"அவரு பேசுறதுதான் சுத்த தமிழ், அதுவே உனக்கு புரியலயாடா?" என்றான் சமர்.

'சுத்த தமிழா? மொதல்ல தமிழ்ல எவன்டா பேசுறீங்க, தங்கிலீஷ் நதிதான தமிழ்நாடு முழுக்க பாயுது?' என்ற யோசனையோடு மற்ற இருவரும் நிற்க, சிவாவின் அம்மா அதற்குள் காபி டம்ளருடன் வந்து விட்டார்.

"என்னயா இன்னும் நின்னுட்டே இருக்கீங்க? உங்க வீடு கணக்கா உள்ள வந்து உக்காருங்கய்யா" என்று சேரில் அமர வைத்தார்.

திருமணம் நிகழ இருக்கும் மாப்பிள்ளை வீடு என்பதால் ஏகப்பட்ட பேர் வந்து போய்க் கொண்டே இருந்தனர்.

சிவாவின் அம்மா, "இங்கின இப்புடித்தேன் சலசலனு கெடக்கும், நீங்க அப்பத்தா வூட்ல இருந்துக்கங்கய்யா. நேரத்துக்கு சாப்பாடு அனுப்பி வைக்கிறேன்" என்றார்.

நண்பர்கள் மூவரும் சம்மதமாய் தலையாட்டியதும், பக்கத்துத் தெருவில் இருக்கும் சிவாவின் பாட்டி வீட்டிற்கு அழைத்துச் செல்லப்பட்டனர்.

சிவாவுக்கான வேலைகள் அதிகம் இருந்தாலும் அவனே தன் நண்பர்களுக்குத் தேவையான இட வசதிகளையும், சாப்பாட்டு ஏற்பாடுகளையும் பார்த்துச் செய்த பிறகே தன் வீட்டிற்குப் போனான்.

சந்துரு, "இன்னும் ரெண்டு நாளைக்கி இங்கதான் இருக்கனும். இப்பவே அக்கம் பக்கத்துல இருக்குற ஹோட்டல் ஹாஸ்பிடல் எல்லாம் பாத்து வச்சுக்கலாம்" என்றான்.

வினய், "நீ வேணும்னா போ, ராத்திரி முழுக்க ஒத்த ஆளா வண்டி ஓட்டிட்டு வந்ததால எனக்கு ரொம்ப டயர்டா இருக்கு. நான் நல்லா தூங்கப் போறேன்.." என்று கட்டிலின் மேல் குப்புறப் படுத்துக் கொண்டான்.

சமர், "நான் மொட்ட மாடிக்கி போய் இந்த ஊரோட அழக ரசிக்க போறேன்" என்று சந்துரு கேள்வி கேட்பதற்கு முன்பே தன் நிலைப்பாட்டைச் சொல்லி விட்டான்.

"என்னமோ பண்ணுங்க, நான் ஒரு ரவுண்டு நடந்துட்டு வாரேன். தப்பி தவறி கதவை மட்டும் பூட்டி விட்டுடாதீங்கடா..." என்று சொல்லிய சந்துரு வெளியே கிளம்பி விட்டான்.

இயற்கையின் வாசனை மாறாத அந்த ஊரின் அழகை மொட்டை மாடியிலிருந்து நெடுநேரத்திற்கு ரசித்தான் சமர். அவனுக்குள் ஏதோ ஒரு இன்ப கீதம் தன்னிச்சையாக ஊற்றெடுக்க ஆரம்பித்திருந்தது.

நேரம் உச்சிப் பொழுதை நெருங்குகையில், சிவாவின் வீட்டிலிருந்து மதிய நேரத்து உணவு வந்துவிட்டது. மூவரும் சாப்பிட்டு முடித்ததும் சமர் பேப்பர் பேனா சகிதம் மொட்டை மாடிக்குச் சென்று விட, வினய்யும் சந்துருவும் ஊரைச் சுற்றிவிட்டு வரக் கிளம்பினர்..

காலையில் இருந்த வானிலையை விட இப்போதைய வானிலை, மன்மதன் ரூபமாய் சமர் மனதை மயக்கம் கொள்ளும் படி செய்தது. அவனுள் உருவான உற்சாகம் இதுவரைக்கும் அவன் அனுபவிக்காத அளவிற்குப் பேரலையாய் எழுந்து, அந்த வாலிப வயதினனை ஆட்கொள்ள முனைந்தது.

கருமமே கண்ணாய் கவிதைகளை தன் காகிதத்தில் தீட்டத் துவங்கினான் சமர். காற்றுக்கும் அவன் கவிதையைப் படிக்க ஆசை வந்ததோ என்னவோ?

பலத்த காற்று ஒன்று வீசியதும், அவன் அடுக்கி வைத்திருந்த காகிதங்கள் அனைத்தும் ஒரே நேரத்தில் பறந்து போனது. உடலை உதறிவிட்டு உயிர் பறந்தது போல உள்ளுக்குள் நொறுங்கிப் போனான் சமர்.

நல்ல வேளையாக அனைத்து காகிதங்களும் அடுத்த வீட்டு மாமரத்தின் கிளைகளில் சிக்கிக் கொண்டது. முடிந்தவரைக்கும் தன் கவிதைகளை மீட்டுவிட வேண்டும் எனும் உத்வேகம் அவனுள் ஊற்றெடுக்க, அந்த மரம் இருக்கும் திசையில் சீறிப் பாய்ந்தான்.

காற்றின் வேகம் மட்டுப்பட்டதாலும், மரத்தின் கிளைகள் மெதுவாக அசைந்து கொடுத்ததாலும் ஒவ்வொரு காகிதமாய் மரத்திற்குக் கீழே விழ ஆரம்பித்தது.

ஆசை ஆசையாய் சமர் தன் எழுத்துக்களைப் பொறுக்கி எடுத்துக் கொண்டிருந்த நேரம், மீண்டும் ஓர் பலத்த காற்று வீசியது. எஞ்சிய ஒரு சில காகிதங்கள் பறந்து போய் பக்கத்திலிருந்த குப்பைத் தொட்டியில் விழுந்தது.

அப்போதும் சமர் கொஞ்சமும் சங்கோஜப்படாமல் தன் கவிதைக் காகிதங்களைத் தேடி எடுத்துக் கொண்டிருந்தான். அப்போதுதான் அவன் கண்களில் அது பட்டது..

அவன் எழுத்து அல்லாத ஒரு கவிதை காகிதம், அதுவும் அவன் எழுதிய அதே மழையை ரசித்து கவிதை எழுதப்பட்டு இருந்தது.

2

ஊறு கொண்டான்
உயிர் கொணா
ஏன் விடுத்தாயோ ?
ஆண்டான்
கூட்டிய கூட்டங் கண்டாயா
அவன் பாறைக்
கோட்டை கண்டாயா ?
குருதி சூட்டை இழவாத
பிணப்போர்க்களங் கண்டாயா ?
வெண்தோலான் வீழவே
வறட்சி பூண்டாயா ?
வேலுங்கம்புமென எம்மோர் வெல்ல
உடன்புரிந்து துணைசெய்தாயா ?
ஆண்டை - அடிமை உயர்வு
தூரமுங் கண்டாயோ ?
அவர்களுள்ளும் எழுங்
கூடல் காதல் கண்டாயோ ?
மடமை மாந்தர் தற் பெருமை பேச
நீயுஞ் சிரித்தாயோ ?
பித்தானவர்களே உங்கள் பிடி நீர் நானென
எச்சி உமிழ்ந்தாயோ ?
குறிஞ்சி வடிய கண்டாயாம்
முல்லை ஓட கண்டாயாம்
மருதமும் நிறைய கண்டாயாம்
நெய்தலுங் கலக்க கண்டாயாம்
பாலை மட்டும்

ஏன் வெறுத்து நின்றாயோ ?
சொல்லடி பெருங்கிழுவியே
நின்னன் சூட்மந்தான் யாதோ ?
யாவும் கண்டுங் கடந்துங்
நின் காதல் நிறையலையா?
இம்மையுயிர் பிழைக்க
இன்னுங்கூட விழுகிறாயே...
உன்னுள் இரகசிய தாய்மைக்கு
உலகே பதில் செய்ய வேண்டுமடி...

அவன் ரசித்த அதே விஷயங்களை, அவன் வார்த்தெடுத்த சொற்களை விட-வும் மேம்பட்ட சொற்களைப் பயன்படுத்தி யாரோ கவிதையை எழுதி இருந்தார். பார்த்தவுடனே கவியோடு மனம் ஒட்டிக்கொள்ளும் வகையான மிடுக்கு அந்தக் கவிதையெங்கும் நிறைந்து கிடந்தது.

அதை எடுத்து வைத்துக் கொண்ட சமர், ஆர்வ மிகுதியில் குப்பையை லேசா-கக் கிளறினான். அவன் கண்களுக்கு இன்னொரு கவிதைக் காகிதம் தென்பட்டது. அதையும் எடுத்து வாசித்தவனுக்கு ஆர்வம் தாங்கவில்லை.

தோண்டத் தோண்டக் குப்பை குவியலில் இருந்து அவனுக்கு ரத்தினங்கள் கிடைத்துக் கொண்டே இருந்தது. அவ்வழியில் வருவோரும் போவோரும் என்ன நினைப்பார்கள் என்ற கவலை துளியும் இன்றி குப்பையைக் கிளறிக் கொண்டே இருந்தான்.

முடிவில், ‘ஒற்றைக் கையைப் பயன்படுத்தினால் இன்றைக்குள் வேலை முடி-யாது, இரண்டு கைகளையும் பயன்படுத்தித் தேடுவோம்’ என்ற முடிவிற்கு வந்து விட்டான் சமர்.

அருகில் கிடந்த ஒரு கல்லெடுத்து தன் கவிதை காகிதங்களையும், இதுவரை கண்டெடுத்த காகிதங்களையும் முதல் வேலையாகப் பத்திரப் படுத்தி வைத்தான்.

குப்பைகளைக் காற்றில் பறக்காத வண்ணம் ஒவ்வொன்றாய் வெளியே எடுத்து, ஒன்றின் மேல் ஒன்றாய் நிற்க வைத்தான். அவன் தேடிய பொக்கிஷம் ஒரு வழி-யாக அவன் கைக்கு கிடைத்து விட்டது.

ஒரு பெரிய ஃபைல் அவன் கைக்கு தட்டுப்பட, ஆர்வமாய் அதை வெளியே எடுத்துப் பார்த்தான். அது நிறைய கவிதைக் காகிதங்கள்..

சாப்பாட்டுக்கே வழியில்லாத ஒருவனுக்கு பொன்முடி கிடைத்தது போல சமருக்கு சந்தோஷம் தாங்கவில்லை. மொத்த கவிதைகளையும் பத்திரப்படுத்தி விட்டு, குப்பைகளை மீண்டும் குப்பைத் தொட்டியில் அடுக்கி வைத்தான்.

மிகச் சரியாக அப்போது அங்கே வந்து சேர்ந்தனர் சந்துருவும் வினய்யும்.

சந்துரு, "டேய், அறிவு கெட்டவனே! குப்பைத் தொட்டியில என்னடா பண்ற?" என்றான் கொஞ்சம் கோபமான குரலில்.

சமர், "என் கவிதை பேப்பர் இங்க வந்து விழுந்திடுச்சு. அதான் அதை எடுக்க வந்தேன்" என்று அஜாக்கிரதையாக பதில் சொன்னான்.

சந்துரு, "அதுக்குக் குப்பைய கிளறுவியா? இதுக்கு பதிலா வேற பேப்பர்ல இன்னொரு தடவ கவிதை எழுதி இருக்கலாம்ல?"

"கவிதைனா என்னனு தெரியுமா உனக்கு? அது நாம எழுதுற செயல் கிடை-யாது, நம்மள எழுத வைக்கிற செயல். நாம நினைக்கும் போதெல்லாம் கவிதை எழுத முடியாது, அப்படியே எழுதினாலும் அதுல உயிரோட்டம் இருக்காது."

சந்துரு தலையைச் சொரிந்து கொண்டே, "என்னடா இவன், சம்பந்தா சம்-பந்தம் இல்லாம கவிதைனா என்னன்னு எனக்கு லெக்சர் எடுக்குறான்?" என்று தனக்கு அருகிலிருந்த வினய்யை துணைக்கு அழைத்தான்.

வினய் ரத்தினச் சுருக்கமாய், "சமர், ஊரு விட்டு ஊரு வந்திருக்கோம், யாரா-வது பாத்தா உன்ன பைத்தியம்னு நினைச்சிடப் போறாங்க. ஏற்கனவே சிவா-வுக்கு தன் கல்யாணம் நல்லபடியா நடக்கணும்னு உள்ளுக்குள்ள ஒருவித தவிப்பு இருக்கு.

இந்த நேரத்துல ஏன்டா இப்படியெல்லாம் பண்ற? சட்டையெல்லாம் பாரு, சாக்கடையா இல்ல வேறெதும் ஒட்டி இருக்கானு தெரியல. வா, முதல்ல ரூமுக்கு போவோம்.." என்று அழைத்தான்.

சமர், "இங்கிருந்து எனக்கு ரொம்ப பெரிய பொக்கிஷமே கிடைச்சிருக்கு, நான் எவ்வளவு தெளிவா சொன்னாலும் உங்களுக்குப் புரியாது. விடுங்க, நான் போய் என் வேலைய பாக்குறேன்" என்றவன் விரைந்து மொட்டை மாடிக்குச் சென்று விட்டான்.

தின்னத் தின்னத் திகட்டாத தேவாமிர்தம் போல, அந்தக் கவிதைகளை எத்-தனை முறை வாசித்தாலும் சமருக்கு அலுத்துப் போகவே இல்லை.

இரண்டு மணி நேரம் கழித்து அவன் இருக்கும் இடத்திற்கு வந்து நின்ற வினய்யும் சந்துருவும், "கவிதை எழுதினது போதும், வாடா கீழ போய் சீட்டு விளையாடுவோம்" என்றழைத்தனர்.

சமர், "இல்லடா நீங்க விளையாடுங்க, நான் இன்னும் கொஞ்ச நேரம் இங்க இருக்க ஆசைப்படுறேன்" என்றான்.

சந்துரு, "டேய், எவ்வளவு நேரம் நின்னாலும் எந்த இடமும் மாறப்போறது இல்ல. எங்களோட வந்து ஒரு ரெண்டு ரவுண்டு விளையாடலாம்ல? நாங்க என்ன ஆள் இல்லாமலா உன்ன விளையாட கூப்பிடுறோம்? உன் மேல இருக்கிற அக்-கறையில் தானடா உன்னை தேடி வந்தோம்" என்றிட சமர் அவன் முகம் பார்த்து கொஞ்சமாய் முறைத்து வைத்தான்.

வினய், "நீ வாய மூடிட்டு இருந்தாலே அவன் வந்திருப்பான், தேவையில்லா-ததை பேசி ஆட்டைய கெடுத்துட்ட" என்று சந்துருவை குற்றஞ்சாட்டினான்.

சந்துரு, "என்ன விடு, சமர் ரொம்ப நேரமா எதையோ உத்து உத்து பாக்கிறான் பாரு. போய் அவன்ட்ட என்னனு கேளு" என்று வினய்யை பிடித்து முன்னால் தள்ளினான்.

"போனு சொன்னா போகப் போறேன், ஏன்டா என்ன தள்ளிவிடுற?"

"அதுக்கில்லடா, அவன ஏதாவது காத்து கறுப்பு அடிச்சிருந்தா உன்ன அவன் அட்டாக் பண்ற நேரத்துல நான் தப்பிக்க வழி பாத்துக்குவேன்ல. அதான்..." என்று சிரித்தான்.

வினய், "ஏன், பேயா இருந்தா ஒரே நிமிஷத்துல கண்டம் விட்டு கண்டம் தாவி ஓடிடுவியா?"

"அவ்ளோ எல்லாம் தேவையில்ல, பேய்ட்ட இருந்து தப்பிக்க இந்த ஊர்ல ஒரு ஈசியான மெத்தட் வச்சிருக்காங்க. கால் பெருவிரலால ஒரு வட்டம் போட்டு, கிழக்குப் பக்கம் பார்த்து தூ.. தூ.. தூ..னு மூணு தடவை துப்பிட்டா பேய் நம்மள எதுவும் பண்ணாதாம். நம்ம சமர வச்சு இந்த ட்ரீட்மெண்ட்ட ட்ரை பண்ணி பாப்-போமா?" என்றதும் வினய்க்குச் சிரித்து மாளவில்லை.

அவ்வளவு ரணகளத்திற்குப் பிறகும் சமர் அசையாது நிற்க, வினய் சிரிப்பதை நிறுத்திவிட்டு, "இவன் சொல்லுறது எதுவுமே உன் காதுல விழலியா? அப்படி என்னத்த வேடிக்கை பார்த்துட்டு இருக்க சமர்?" என்று கேட்டான்.

சமர், "அந்தக் குப்பைத் தொட்டியில இந்த தெரு ஆளுங்க மட்டும் தான குப்பை போடுவாங்க இல்லையா? அப்ப அந்தக் கவிதைக்கு சொந்தக்காரர் இந்த தெருவுலதான இருக்கனும்?" என்றான்.

சந்துரு, "டேய் வினய், இவன் இன்னும் அந்தக் குப்பைத் தொட்டிய விட்டுட்டு வெளியில வரலைடா" என்றான் தலையில் கைவைத்துக் கொண்டே.

அது உண்மைதான், சமரின் உடல்தான் இங்கு நிற்கிறதே தவிர மனம் மொத்-தமும் அந்தக் குப்பைத் தொட்டியைச் சுற்றித்தான் உலவுகின்றது.

‘இவ்வளவு அழகாகக் கவிதையை எழுதிய ஆள் யார்? அப்படி என்ன குறை வந்துவிட்டதென்று கவிதையைத் தூக்கி குப்பையில் போட்டார்கள்? ஒரு வேளை தவறுதலாக விழுந்திருக்குமோ?

எனில் குப்பையில் தேட சம்பந்தப்பட்ட நபரும் வந்தாக வேண்டுமே. ஒரு-வேளை திட்டமிட்டு தூக்கி எறியப்பட்டிருந்தால் எப்படி வருவார்கள்? ஆள் வரவில்லை என்றால் நான் எப்படி கவிதைக்கு உரிமையானவர் யார் எனக் கண்-டுபிடிப்பது?’ என்று ஏகப்பட்ட குழப்ப மேகங்கள் அவன் சிந்தையைச் சூழ்ந்திருந்-தது.

வினய் உறுதியான குரலில், "சமர், திரும்பவும் சொல்றேன், தேவையில்லாம யாரோடையும் எந்த பிரச்சனையையும் இழுத்து வைக்காத. அது சிவாவுக்குத்தான் கஷ்டமா போகும்.

நாமெல்லாம் அழையா விருந்தாளிடா, வந்தோமா சாப்பிட்டோமா, பொண்ணுக்கும் பையனுக்கும் கிஃப்ட் கொடுத்தோமா, வந்த தடயம் இல்லாம கிளம்பி போனோமானு இருக்கனும்.

இதுக்கு மேல எதையும் யோசிக்காம கீழ வந்து சேரு" என்றவன் தன்னோடு சேர்த்து சந்துருவை இழுத்துக் கொண்டு சென்றான்.

அவன் அவ்வளவு சொல்லிய பிறகும் சமர் தன் மனம் கொண்ட உறுதியைச் சற்றும் தளர்த்திக் கொள்ளவே இல்லை.

கிழக்கு வானில் இருள் சூழும் வரைக்கும் மொட்டை மாடியே கதியென்று கிடந்தவனை, சிவா வந்துதான் மலையிறக்க வேண்டியதாயிற்று.

தேனிக்கே உரிய கறி குழம்பு வகைகளோடு, பெரிய சைஸ் டிபன் கேரியரைத் தூக்கிக் கொண்டு வந்திருந்தான் சிவா.

வினய், "டேய் புது மாப்பிள்ள, ஜம்முனு அலங்காரம் பண்ணிட்டு வர்றவன் போறவன அதிகாரம் பண்ணாம, இங்க வந்து சர்வர் வேலை பாத்துட்டு இருக்க?" என்று சிவாவைக் கிண்டலடித்தான் .

சிவா, "என்ன இருந்தாலும் மூணு வருஷமா ஒண்ணா குப்ப கொட்டி இருக்கோம். நீங்க சோறு தண்ணி இல்லாம கஷ்டப்பட்டா என் மனசு தாங்குமா சொல்லு?" என்று பாசத்தைப் பொழிவது போலப் பேசினான்.

சந்துரு, "ஓவரா நெஞ்ச நக்காதடா, எங்க மூணு பேர்ல ஒருத்தன் சாயங்காலம் உனக்கு துணை மாப்பிள்ளையா வந்து நிக்கணும். அதுக்குத்தான இந்த ஸ்பெஷல் கவனிப்பு" என்று டிபன் கேரியரைச் சுட்டிக்காட்டிக் கேட்டான்.

'பயபுள்ள நாம ப்ளான் போடுறதுக்கு முன்னாலயே கண்டுபுடிக்கிறானே, நம்ம கூட்டத்தில சேர்ந்ததுக்கு அப்புறமும் எப்படி இவன் மட்டும் இன்னும் அறிவோட இருக்கான்?' என்று யோசித்துக் கொண்டிருக்க,

வினய், "என்னடா முழிக்கிற? அப்ப அவன் சொன்னதுதான் உண்மையா? நாங்கூட கறி சோத்த பாத்து ஏமாந்துட்டேனேடா" என்றான்.

சந்துரு, "இன்பர்மேஷன் இஸ் வெல்த்னு சொல்லுறது எவ்வளவு உண்மை பாத்தியா சிவா?' என்று நக்கலாகச் சிரித்தான்.

பொறுமையின் எல்லையைக் கடந்த சிவா, "ஆமாடா, ஒருத்தன் பேப்பர தொட்டா அடிக்கிறான், இன்னொருத்தன் ஏழரை சனி மாதிரி எப்பபாரு அபசகுணமா பேசுறான், இது ரெண்டும் பரவாயில்லங்கிற மாதிரி நீ வேடிக்கை பாத்தே என் உசுற வாங்குற.

உங்கள ஒரு வழிக்கி கொண்டு வர்றதுக்கு சோறு ஒண்ணுதான் வழி. அதான் ஆயுதத்த கையில எடுத்துட்டேன், எப்படி என் ராஜதந்திரம்" என்று பெருமை பீற்றினான்.

வினய், "அதெல்லாம் சரிதான், ஆனா மாடிக்கு போன ஒருத்தன் இப்ப வரைக்கும் கீழ இறங்கி வரவேயில்ல. முடிஞ்சா அவன கூட்டிட்டு வா, அதுக்கப்புறம் யார் துணை மாப்பிள்ளைனு பேசி முடிவு பண்ணிக்குவோம்" என்று மொட்டை மாடியை நோக்கி சிவாவை அனுப்பி வைத்தான்.

மாடிக்கு வந்த சிவா, "மச்சான், ஒரு முக்கியமான விஷயம். என் வாழ்க்கை சம்பந்தப்பட்டதுடா, கீழ வர்றியா? பொறுமையா உக்காந்து பேசுவோம்" என்று நாசூக்காக அழைப்பு விடுத்தான்.

சமரின் மனதிற்குள், 'ஒருவேள நாம குப்பையை கிளறின விஷயம் பெருசாகிடுச்சோ?' எனும் எண்ணம் வர, மறு பேச்சு பேசாமல் அவனுடன் இறங்கி வந்தான்.

சந்துரு, "சொன்ன மாதிரியே அவன கூட்டிட்டு வந்துட்டியா சிவா? பெட்ல நீதான் ஜெயிச்ச, இந்தா பத்து ரூபா" என்று சிவாவின் முன்பு நீட்டிட, சமரின் முகம் கோபத்தில் செந்தணலாய் கொந்தளித்தது.

சிவா, "டேய் சமர், பொங்கிடாத.. பயபுள்ள வேணும்னே என்ன உங்கிட்ட கோர்த்து விடுறான்டா. நான் உன்னை ஏமாற்றவும் இல்லை, ஏமாற்ற நினைத்ததும் இல்லை. இது என் ஆளு மஞ்சு மேல சத்தியம்" என்றதும் சமர் கொஞ்சம் அமைதியாகி விட்டான்.

வினய், "சின்ன புள்ள மாதிரி விளையாடாதீங்கடா. சமர் வாடா, சீக்கிரம் சாப்பிட்டுட்டு தூங்குவோம். நாளைக்கி சாயங்காலம் ரிசெப்ஷன், அதுக்கு நாளைக்கி காலையில இருந்தே நமக்கு வேலை இருக்கும்" என்றான்.

சமர், "சிவாக்குதான ரிசெப்ஷன், நமக்கு என்ன வேலை இருக்கப் போகுது?"

சிவா, "சந்துரு ஒரு பெரிய லிஸ்ட்டே போட்டு வச்சிருக்கான் பாரு.." என்றதும் சமர் குழப்பமாய் சந்துருவின் முகத்தைப் பார்த்தான்.

சந்துரு, "ஆமா மச்சான், நம்ம ஊர்ல மாதிரி இங்க கல்யாண வேலைக்கு வெளியில இருந்து ஆள் ஏற்பாடு பண்ண மாட்டாங்க. கல்யாணத்துக்கு வந்து இருக்கிற சொந்த பந்தங்களும் நண்பர்களும் தான் செய்வாங்களாம்.

காலையில ஸ்டேஜ் அலங்காரம் பண்றதுல இருந்து, இவன் முதலிரவுக்கு கட்டில் அலங்காரம் பண்றது வரைக்கும் நாம ஓடி ஓடி உழைக்க வேண்டி இருக்கும். நல்லா சாப்பிட்டு தெம்பு ஏத்திக்க, நாளைக்கி நமக்கெல்லாம் சாப்பிட நேரம் கிடைக்கிறதே அதிசயம் போல இருக்கும்" என்று அரும்பாடு பட்டு தான் திரட்டி வந்த தகவல்களை நண்பர்கள் முன்பு கொட்டினான்.

வினய், "எனக்கு இதெல்லாம் சுத்தமா பழக்கம் இல்லையேடா" என்று தலையைச் சொறிந்தான்.

சமர், "நாங்க மட்டும் பத்து கல்யாணம் பண்ணிட்டா வந்திருக்கோம், கத்துக்கலாம் வாடா" என்று அவனை உற்சாக படுத்தினான்.

வினய், "அதுக்குத்தான் எங்களுக்கு இந்த கறிக் கொழம்பு லஞ்சமா சிவா?"

சிவா, "இல்லடா மச்சான், இது வேற மேட்டரு" என்று ஆரம்பிக்கும் முன்,

சந்துரு இடைபுகுந்து, "சமர் குப்பையில குதிச்சு நீச்சல் அடிச்ச விஷயத்த எவனோ பொண்ணு வீட்டுக்காரன் பார்த்துட்டான். மாப்பிள்ளையோட ப்ரெண்டே இப்படினா, மாப்பிள்ளை எவ்வளோ பெரிய பைத்தியமா இருப்பான்னு தெரியலியே?!னு போற போக்குல கொளுத்தி போட்டுட்டு போயிட்டான்.

அதான் சிவா வீட்டு ஆளுங்க பொண்ணு வீட்டு ஆளுங்கள சமாதானப்படுத்த கறி சோறு ஏற்பாடு செஞ்சாங்களாம். இன்னிக்கி சாயங்காலத்தில் இருந்தே சிவா வீட்ல கறி சோறு கலாட்டாதானாம்" என்று அச்சு அசலாக உண்மை சம்பவம் போலவே கதை கட்டினான்.

சமர் அதிர்ச்சியில் கல்லாய் சமைந்து இருக்க, மற்ற மூவரும் அடக்கி வைக்கப்பட்ட சிரிப்பை ஒரே நேரத்தில் விடுதலை செய்தனர்.

'அடச்சே.. பயபுள்ளைங்க, நம்மளை ஏமாத்திட்டானுங்க' என்று சற்று வெட்கப்பட்டு முகத்தை மூடினான் சமர்.

சிவா, "அது சரி, அண்ணன் நீச்சல் பத்தி எதுவோ சொன்னியே, அது என்ன மேட்டரு? எனக்கு கொஞ்சம் விரிவா விளக்கம் கொடுங்க கேப்போம்" என்றதும், ஓட்டை வாய் சந்துரு ஒன்று விடாமல் அனைத்தையும் ஒப்புவித்து விட்டான்.

சிவா அதிர்ச்சியாய் சமரைப் பார்த்து, "டேய், இவனுங்க என்னடா சொல்றானுங்க? வெறும் கவிதைக்காகவா அந்தக் குப்பைய கிளறிட்டு வந்திருக்க?" என்று வார்த்தையை விட, சமர் மீண்டும் பளாரென்று அவன் கன்னத்தில் ஒன்று வைத்தான்.

சிவா, "டேய், என்னடா எப்ப பாரு பொசுக்கு பொசுக்குனு கை நீட்டுற? நாளக்கழிச்சு கல்யாணம் பண்ணப் போற மாப்பிள்ளை பையன்னு நினைச்சுக்கூட பாக்க மாட்டிக்கிறான்டா இவன்" என்று மற்ற இருவரிடமும் குற்றப்பத்திரிக்கை வாசித்தான்.

அவர்கள் இருவரும் உஷாராக இந்த பிரச்சனைக்குள் தலையிடாமல், பல்லைக்காட்டிச் சிரிப்பது போல நடித்துத் தப்பிக் கொண்டனர்.

சமர், "எனக்கு என்ன வேண்டுதலா தினம் இரண்டு தடவை உன்னை அடிக்கணும்னு? கவிதைனா எனக்கு உயிர்னு தெரிஞ்சும், நீ ஏன் அத கலாய்ச்சுட்டே இருக்க சிவா?" என்று கொந்தளித்தான்.

சிவா, "என் வாய் என் கன்ட்ரோல்ல இல்லனா அதுக்கு என் கன்னம் என்னடா பண்ணும்? இங்கபாரு, இனிமே புது மாப்பிள்ளைனு கொஞ்சமாச்சும் எனக்கு இரக்கம் காட்டு.

இன்னொருதடவ என்ன அடிச்சனு வை, நான் போய் ஆள கூட்டிட்டு வந்திடுவேன் பாத்துக்க. இது என் ஊரு, என் ஏரியா, எங்க ஆளுங்கள தாண்டி எவனும் வெளிய போக முடியாது" என்று வீராவேசமாகச் சொற்பொழிவாற்றிக் கொண்டிருக்க,

சந்துரு, "ஆளுனு மொட்டையா சொல்லாதடா, தங்கச்சி பொண்ணு ஏற்கனவே பயந்த மாதிரினு கேள்விப் பட்டேன்" என்று எக்கச்சக்கமாக அவனைக் கோர்த்து விட்டான்.

சிவா, "ஐயயயே, இவன ஒருநாள் ஊருக்குள்ள விட்டதுக்கே ஒட்டுமொத்த தகவலையும் திரட்டிட்டு வந்துட்டான். இன்னும் ஒரு நாள் விட்டா, எனக்கு எங்கெங்க சொத்து இருக்கு? என் எக்ஸ் லவ்வர் யாருன்றது வரைக்கும் தோண்டி தூர் வாருவான் போல!

தயவு செஞ்சு இவன உங்களோடவே வச்சுக்கோங்கடா, தனியா கினியா தெருப் பக்கம் அனுப்பாதீங்க. இந்த டிபன் கேரியர்ல பிரியாணி, நாட்டுக் கோழி குழம்பு, பெப்பர் மட்டன், தலைக்கறி, மீன் ரோஸ்ட்னு எல்லா வகை சாப்பாடும் சுடச்சுட இருக்கு.

உங்கள்ல யாரு எனக்கு துணை மாப்பிள்ளயா வர ஒத்துக்குறீங்களோ அவங்களுக்கு எக்ஸ்ட்ரா கறி தருவேன். என்ன சொல்றீங்க?" என்றான்.

பட் அந்த டீலிங் சந்துருவுக்கு ரொம்பவே பிடித்திருந்தது. முதல் வரிசை மாணவன் போல கை தூக்கி சம்மதம் தெரிவித்து விட்டான்.

சிவா, "இது புள்ள, நீங்களும் இருக்கீங்களே... சீக்கிரம் சாப்பிட்டு படுத்து தூங்குங்கடா. நாளைக்கி காலையில எட்டு மணி போல நேரா வீட்டுக்கு வந்திடுங்க" என்று சொல்லிவிட்டு அங்கிருந்து கிளம்பினான்.

வினய்யும் சந்துருவும் சாப்பாட்டில் கவனமாக, சமர் மட்டும் இன்னும் அந்தக் கவிதைகளுக்குச் சொந்தக் காரரைப் பற்றியே சிந்தித்துக் கொண்டிருந்தான்.

அந்தச் சிந்தனையும் அவன் சிந்தையில் புதுப் புதுக் கவிதைகளைத் தோற்றுவித்தது.

யார்?

யார்.?

பாலை நடு நீர்த்துளி தேன்துளி

யார்.?

சோலை சூழ் மேகக் கருங்குடை

யார்.?

வான்வில் வண்ண வளைபூட்டி கவிகோர்த்தது
யார்.?
இலக்கண இலக்கியம் பூட்டி
அகந்தை இழைத்த இழுக்கை
யன் அகம் புகுந்து துடைத்த
நீ யார்.?
யானறியா கவியே
யன் அகந்தை துடைத்தாயே
யானுஞ் சிறுவனென
யன் செவிள் அறைந்தாயே...
எத்தனை எத்தனை வழி யறிவேன்
எத்தனை எந்துணை மொழி யறிவேன்
யாவும் அற்று
நின் அடி அடைகிறேன்
கவியே
கடலே
மொழியே
தமிழே
தெய்வமே...
எவ்வழி அடைவேன் உனை
அவ்வழி இட்டுச்செல்லாயோ,
நின் அடி சரணம்
என் முடி மரணம்...

என்று ஏகப்பட்ட யாரது வார்த்தைக் கோர்வைகள் அவன் வாலிப மனதினைச் சுழன்றடித்தது.

3

அடுத்த நாள் பொழுது விடிந்தது முதலே நமது இளைஞர் படை சுறுசுறுப்பாகச் செயல்பட ஆரம்பித்தது.

சென்னைப் பட்டணத்தில் வசதி வாய்ப்போடு வளர்ந்த பிள்ளைகள் என்பதால், சிவா வீட்டினரும் அதிகம் உடல் உழைப்பில்லாத வேலைகளையே அவர்களைச் செய்யச் சொன்னார்கள்.

மதியம் வரைக்கும் சிவாவின் வீட்டிற்குள்ளேயே வேலை சரியாக இருந்தது. அதன் பிறகு மண்டப வேலைகள் ஆரம்பமாயின...

மண்டபத்திற்கு வந்து இறங்கும் சேர்கள், பாத்திரங்கள், சமையல் பொருட்கள் அனைத்தையும் சரி பார்க்கும் பொறுப்பு சிவாவின் தாய்மாமாவுக்கு விதிக்கப்பட்டிருந்தது.

வயதில் பழுத்து நிற்கும் அவருக்குத் துணையாக இவர்கள் மூவரும் கரம் கோர்க்க, எண்ணி ஒரு மணி நேரத்தில் அனைத்து வேலைகளும் கணக்கச்சிதமாய் முடிக்கப்பட்டது.

சிவாவின் தாய்மாமா, "எல்லாம் சரியா இருக்கு கண்ணு, மாலை மட்டுந்தான் மிச்சம். அந்த பூக்கடைக்காரப்பய சரியான சோம்பேறி, ஆளுங்க குறைஞ்சது நாலு தடவ வந்து கேக்குற வரைக்கும் வேணும்னே இழுத்தடிப்பான். நீங்க போய் இருந்து பார்த்து வாங்கிட்டு வர முடியுமா சாமி?" என்றார்.

சமர், "அதுக்கென்னங்க? தாராளமா போயிட்டு வாரோம். நீங்க இடத்தை மட்டும் சொல்லுங்க" என்றான்.

"நம்ம ஊரு தெக்குத் தெருவுலதான் தம்பி, பூக்கடை மாயாண்டினு கேட்டா யாருனாலும் கை காட்டுவாங்க. சங்கடப்படாம மாலைய கட்டித்தரச் சொல்லி வாங்கிட்டு வாங்க.

நானே போயிடுவேன், இந்த சமையக்காரன் கணக்கு வழக்கு பாக்க வருவேன்னு சொன்னான். ஆளு இல்லையினா இஷ்டத்துக்கு கணக்கு எழுதி வச்சிடுவான், அதான் பாக்குறேன்" என்று பாவமாய் கையைப் பிசைந்தார்.

சந்துரு, "இதுக்கெல்லாம் ஏன்ங்க சங்கடப்படுறீங்க? நாங்க இங்க இருந்தாலும் சும்மாதான இருக்கப் போறோம், பொடி நடையா போயிட்டு வர்றோம். சொல்லப் போனா நீங்க எங்களுக்காக ஈசியான வேலையத்தான் தந்திருக்கீங்க, எங்களுக்கு எந்த கஷ்டமும் இல்ல. நாங்க போயிட்டு வர்றோம்" என்றான்.

"சந்தோஷம் தம்பி, மாலைய வாங்கிட்டு விசேஷத்துக்கு ஏத்த மாதிரி நல்ல டிரஸ் போட்டுகிட்டு வந்திடுங்க" என்றவர் சமையல்கட்டு பக்கம் பாத்திர பண்டங்களைச் சரி பார்க்கக் கிளம்பினார்.

நம் மூவர் படை தெருவில் இறங்கி நடக்கத் துவங்கிற்று. அவர் குறிப்பிட்டிருந்த தெற்கு தெரு, அவர்கள் தங்கியிருந்த வீதிக்குப் பக்கத்துத் தெரு.

மூவரும் பூக்கடையை அடைந்த பிறகே மாலை கட்டும் வேலையைத் துரிதப்படுத்தினான் மாயாண்டி.

சந்துரு, "இந்தத் தெரு கடைசியில தாண்டா பொண்ணோட வீடு இருக்கு. வாழ்ந்து கெட்ட குடும்பம்னு கேள்விப்பட்டேன், பொண்ண பிஏ தமிழ்தான் படிக்க வச்சிருக்காங்க.

நம்ம பையன் வேலைக்கு சேர்ந்ததும் முதல் வேலையா ஸ்கெட்ச் போட்டு பிக்கப் பண்ணிட்டானாம். இதை விட்டா வேற நல்ல பையன் கிடைக்காதுனு பொண்ணு வீட்ல பச்சைக்கொடி காட்டிட்டாங்க.

ஆனா கல்யாண செலவுக்கே அவங்க ரொம்ப சிரமப்படுறதா கேள்விப்பட்டேன். அதனாலதான் சிவாவும் ரிசெப்ஷன சென்னையில வைக்க ஏற்பாடு பண்ணாம இங்கே சிம்பிளா வைக்கலாம்னு சொல்லிட்டானாம்" என்றான்.

வினய், "கில்லாடிடா நீ, ஒரே நாள்ல ஒட்டு மொத்த ஜாதகத்தையும் கொண்டு வந்திடுற" என்று சந்துருவைப் பாராட்டிக் கொண்டிருந்த நேரத்தில்,

சமர் பூக்கடைக்காரரிடம், "அண்ணா, நீங்க மாலைய கட்டிக்கிட்டே இருங்க. நாங்க ஒரு ரெண்டு நிமிஷத்துல வந்துடுறோம்" என்றான்.

'இவன் ஏன் சம்பந்தமில்லாமல் இப்படிப் பேசுகிறான்' என்று யோசிக்கும் முன்பே, சமர் இருவரையும் பக்கத்தில் இருந்த ஒரு பெட்டிக் கடை பக்கம் தள்ளிக் கொண்டு சென்றான்.

சமர் சந்துருவிடம், "மொய் எழுதுறதுக்குனு நாங்க உன்கிட்ட கொடுத்த பணம் அப்படியே இருக்கட்டும். நாளைக்கி பேருக்கு ஒரு ஐநூறு ரூபாவ மொய் எழுதிட்டு, சுமாரா ஒரு கடிகாரத்த கிஃப்ட் பண்ணிடுவோம்.

பொண்ணும் மாப்பிள்ளையும் சென்னைக்கு வந்ததும் அவங்களுக்கு முக்கியமா தேவைப்படுற ப்ரிட்ஜ், வாசிங் மெஷின், கட்டில், பீரோ இதெல்லாம் நாம வாங்கித் தந்திடலாம். பொண்ணு வீட்டுக்கு பெரிய சுமை குறைஞ்ச மாதிரி இருக்கும்" என்றான்.

வினய், "நமக்கு எதுக்குடா இந்த தேவையில்லாத தலைவலி? பேசாம இங்கேயே ஆளுக்கு பத்து ரூபா மொய் எழுதி வச்சுட்டு போவோம்டா" என்றான்.

சமர், "இங்க பாரு, சென்னையில செஞ்சா உனக்கு பத்து ரூபா வரைக்கும் செலவாகாது. கல்யாணத்துக்கு வராத நம்ம ஃப்ரண்ட்ஸ் எல்லாரையும் கொஞ்சம் பணம் போடச் சொன்னா தாராளமா அமவுண்ட் சேர்ந்திடும். நீ எங்களுக்கு சப்போர்ட் பண்ணினா மட்டும் போதும்டா மச்சான்" என்றான்.

வினய் சமாளிப்பாய், "எனக்கு பணம் பிரச்சனை கிடையாது, ஆபீஸ் நேரத்துல அங்க இங்கன்னு நீங்க என்ன இழுத்தடிக்காம இருந்தா போதும்" என்றதும்,

சந்துரு, "சமர், நாம நீ சொன்ன மாதிரியே செய்யலாம்டா. நான் உனக்கு உதவி பண்றேன்" என்று தன் பங்கு ஆதரவை சமருக்கு அளித்துவிட்டான்.

வினய்க்கு வேறு வழி இல்லாததால், சரி என்று தலையாட்டிட மூவர் படை மீண்டும் பூக்கடையை முற்றுகையிடக் கிளம்பியது.

அது நேரம் வரைக்கும் பெட்டிக் கடையின் அந்தப்பக்கம் நின்றபடி அவர்களின் பேச்சைக் கேட்டுக் கொண்டிருந்த கமலம், அவர்கள் பூக்கடை பக்கம் போனதும் மெதுவாக வெளியே எட்டிப் பார்த்தார்.

ஒரே பார்வையில் சமர் யார் என்பதை அவரால் யூகிக்க முடிந்தது.

'இந்தக் காலத்துலயும் இவ்வளவு நல்ல பையனா? நானும் ஒண்ண பெத்து வச்சிருக்கேனே' என்று உள்ளுக்குள் நொந்து போனார்.

மாலையை வாங்கிக் கொண்டு புறப்பட்ட மூவர் படைக்கு அதன்பின் உட்கார நேரமில்லை. விருந்தினர்களை வரவேற்று இட ஒதுக்கீடு செய்வது, கூல்டிரிங்க்ஸ் தருவது என்று ஏதாவது ஒரு வேலை இருந்து கொண்டே இருந்தது.

கிராமப்புறம் என்பதால் வரவேற்பு நிகழ்ச்சிக்கான வேலைகள் ஒருபுறம் நடக்க, அதற்கும் முன்பாகவே பந்தி வேலைகள் வெகு ஜோராய் நிகழ்ந்து கொண்டிருந்தது.

கிராமத்தைச் சேர்ந்த ஆண்பிள்ளைகள் அனைவரும் தானாகவே முன்வந்து சாப்பாடு போடும் வேலையைச் செய்ய, இவர்களுக்கும் அதைச் செய்ய வேண்டிய சூழ்நிலை.

'தன்னையும் ஒரு பிள்ளையாக பாவிக்கும் குடும்பத்திற்கு இதைக்கூட செய்யத் தயங்கினால் நான் மனிதன் என்று சொல்வதில் அர்த்தமில்லை!' என்று நினைத்த சமர் துணிந்து உள்ளே இறங்கி விட்டான்.

சந்துரு துணை மாப்பிள்ளை தோரணையில் சிவாவுக்கு அருகில் போய் நின்று கொண்டதால், வினய் வேறு வழியில்லாமல் சமரைப் பின்பற்றி உடன் நடந்தான்.

சமையல்காரர்கள் யார் எவர் என்றெல்லாம் கவனிக்காமல் உள்ளே வரும் ஆண் பிள்ளைகள் அனைவரது கையிலும் உணவுப் பொருட்களைத் தந்து பந்திக்கு அனுப்பினார்கள்.

சமர், வினய் இருவரது கையிலும் ஒரு பெரிய சைஸ் பாத்திரம் நிறைய சாதம் தரப்பட்டது.

‘இவ்வளவு தூரம் வந்தாயிற்று, இனி செய்யமாட்டேன் என்று சொல்வது அபத்தம்’ என்று எண்ணிய வினய் சமருடன் சேர்ந்து பந்தி நடக்கும் இடத்திற்குச் சென்றான்.

பெரும்பாலும் வயதானவர்களே முதல் வரிசையை ஆக்கிரமித்து இருக்க, சமர் கனிவான புன்னகையோடு சூடான சாதத்தை இலையில் வைக்க ஆரம்பித்-தான். ஆனால் அந்த பாட்டிகளோ, அவன் வைத்துச் சென்ற அடுத்த நொடியே கையோடு கொண்டு வந்திருந்த தூக்குவாளியில் சாதத்தையும் கூட்டு வகைகளை-யும் பாகுபாடு பார்க்காமல் அடைத்து தனியே எடுத்து வைத்தனர்.

தொடர்ந்து அனைவரும் இப்படிச் செய்ததால், சாப்பாடு ஆரம்ப வரிசை ஆட்-களைத் தாண்டி கடைசி வரிசைக்கு சென்று சேர்வதற்கு ரொம்பவே தாமதமானது. பின் வரிசையில் சாதம் வைக்கும் முன் முன்வரிசை ஆட்கள் பாதி சாப்பிட்டே முடித்துவிட்டனர்.

இதனால் பொறுமை இழந்த கடைசி வரிசை ஆட்கள், சாதம் வைக்கும் நபர்-களை அழைத்து ஆங்காங்கே கூச்சலிட ஆரம்பித்தனர்.

ஏற்கனவே சூடாக இருந்த சாதத்தைக் கையில் பிடிக்க முடியாமல் திணறிய வினய், அவர்களின் நாகரீகமில்லாத செய்கையால் கோபம் கொண்டு பந்தி நடக்-கும் இடத்தை விட்டு வெளியேறிச் சென்று விட்டான்.

சமர் அப்போதும் பொறுமையாகப் பிற இளைஞர்களோடு சேர்ந்து தன் வேலையை செவ்வனே செய்தான். இளைஞர்களின் ஓயாத உழைப்பினால் அடுத்த ரவுண்டு பந்தி ஆரம்பமானது, அப்போதும் முன்வரிசை இருக்கைகளை வயதான பாட்டிமார்களே ஆக்கிரமித்தனர்.

இவர்கள் இதைத்தான் செய்வார்கள் என்று தெரிந்திருந்த சமர், "பாட்டி நீங்க இப்பவே எடுத்து வைக்க வேண்டாம், நான் கடைசி வரிசைக்கு சாப்பாடு போட லேட் ஆகுது. அதனால நீங்க இப்ப சாப்பிடுங்க, நான் போய் உங்களுக்குத் தனியா ஒரு ரவுண்டு சாப்பாடு கொண்டு வந்து தர்றேன்" என்றான்.

புன்னகையோடு அவன் உதிர்க்கும் கனிவான பேச்சில் மனம் மகிழ்ந்த பாட்டி-கள், சம்மதமாய் தலையாட்டினர். சமரும் சொன்னதைப் போலவே அனைவருக்கும் சாதம் வைத்து முடித்ததும் பாட்டிகளுக்கென தனியே சூடான சாதத்தை எடுத்து வந்தான்."

அனைவரும் ஆனந்தமாய் அதை தத்தமது தூக்குவாளிகளில் நிரப்பிக்கொள்ள சமர், "நீங்க தப்பா நினைக்கலனா நான் உங்கள ஒன்னு கேக்கலாமா பாட்டி?" என்றான்.

பாட்டிகளும் சந்தோஷமாய், "கேளு ராசா" என்றனர்.

"எதுக்காக இவ்வளவு சாதத்த தனியா எடுத்துட்டு போறீங்க? எப்படியும் நாளைக்கு காலையில மறுபடியும் கல்யாண சாப்பாடு போடுவாங்கள்ல?" என்று தன் அடிமனதை அரித்துக் கொண்டிருந்த அந்தக் கேள்வியைக் கேட்டு விட்டான்.

ஒரு பாட்டி, "இது எங்க அக்கம் பக்கத்து வீட்டுப் புள்ளைகளுக்கு ராசா, பந்தி முடிஞ்சதும் பார்த்தா பசங்க சாப்பிட எதுவும் இருக்காது. இந்நேரத்துக்கு பொறவு, அதுக எங்க போவும்? அதேமாதிரி வயசுக்கு வந்த பொம்பள புள்ளைங்கள இந்த ராத்திரி நேரம் வீட்டுக்கு வெளியே அனுப்ப மாட்டோம்.

துஷ்டி நடந்த வீட்டு ஆளுங்க சுப காரியத்துக்கு வரமாட்டாங்க. வெள்ளச்சீல கட்டுன பொம்பளைங்க இங்கெல்லாம் வர விரும்பாதுங்க. நாங்க எடுத்துட்டு போய் கொடுத்தா அவங்களும் சந்தோஷமா சாப்பிட்டுட்டு கல்யாணம் பண்ணிக்கிற புள்ளைங்கள மனசார வாழ்த்துவாங்கள்ல?" என்று எடுத்துச் சொன்னார்கள்.

இன்னொரு பாட்டி, "கல்யாண சாப்பாடு மட்டுமில்ல கண்ணு, பொங்கலு, புளியோதர, ஆடி மாச கூழுனு எல்லாத்தையும் அக்கம்பக்கத்து ஆளுகளுக்கு சேர்த்துதான் வாங்குவோம்" என்றார் நிமிர்வோடு.

நகரத்திலேயே வாழ்ந்தவன் சமர். இதைப்போன்ற அக்கம்பக்கத்து உறவுகளின் அன்பை இதுவரை பார்த்திராத அவனுக்கு, உடலெல்லாம் புல்லரித்துப் போனது. மகிழ்வோடு அவர்கள் வேண்டும் அத்தனையையும் எடுத்துக் கொடுத்தான்.

ஆரம்பம் முதல் இப்போது வரை அவன் செய்யும் செயல்களை சிவாவின் தாத்தா ஓரக்கண்ணால் பார்த்துக்கொண்டே இருந்தார்.

வரவேற்பு நிகழ்ச்சிக்காக மணமகனும் மணமகளும் மாலையோடு மேடை ஏறிட, இங்க பந்தி வேலைகள் முற்றிலுமாய் முடிந்துவிட்டது. இளைஞர்கள் படை தத்தமது வழியில் பிரிந்து செல்ல, சமர் வினய் அமர்ந்திருந்த கடைசி வரிசையில் போய் அமர்ந்தான்.

வினய், "ரொம்ப போர் அடிக்குது மச்சான், வெளியில போய் ஒரு டீ அடிச்சுட்டு வருவோமா?" என்றான்.

சமருக்கு இயல்பிலேயே கூட்டம் என்பது ஒவ்வாமை. சிவா எவ்வளவு இடைஞ்சல் செய்தாலும், அவன் நட்பில் எந்த ஒரு குறையும் காண இயலாது என்பதாலேயே இவ்வளவு துரம் அவனுக்காக இறங்கி வேலை செய்தான்.

முப்பொழுதும் குளிரூட்டப்பட்ட அறையில் ஒரு சொட்டு வியர்வையைக் கூட உதிர்க்காமல், இத்தனை நாட்களாய் வாழ்ந்திருந்தவன் அவன். அப்படிப்பட்டவனுக்கு முதுகு வளையும்படி செய்திட்ட இன்றைய வேலைகள் முற்றிலும் புதிதானது.

ஏற்கனவே உடல் அசதியாய் இருந்ததால், ஒட்டுமொத்த ஊரும் உள்ளே அடைத்துக் கொண்டு நிற்கும் இந்த வரவேற்பு நிகழ்ச்சியில் நெடுநேரம் சமரால் தாக்குப் பிடிக்க முடியவில்லை.

போதாக்குறைக்கு பழைய காலத்து எம்ஜிஆர் பாடல்களை க்ரீச் க்ரீச் என ஒலி எழுப்பும் ஸ்பீக்கரில் அலறவிட்டு, அவன் பொறுமையை வெகுவாக சோதித்துக் கொண்டிருந்தது அந்த மண்டபம்.

வினய் இப்படி ஒரு வாய்ப்பை நல்கியதும், அதற்கு மேல் யோசிக்காமல் அவனும் கிளம்பி விட்டான். இருவரும் அந்த வீதியின் இறுதியில் இருந்த டீக்கடையினைச் சென்றடைந்தனர்.

ஏற்கனவே நேரம் இரவு ஏழு முப்பதினைத் தாண்டி விட்டதால் அங்கே ஆள் நடமாட்டமே இல்லை. கிராமப்புறம் என்பதால் ஆண்கள் பெண்கள் அத்தனை பேரும் இருள் கவிழும் நேரத்திற்கு முன்பே வீடு திரும்பும் பழக்கத்தை இன்னமும் பின்பற்றிக் கொண்டிருந்தனர்.

இவ்வளவு நேரமாக ஜன நெரிசலிலும், காது ஜவ்வு கிழியும் இரைச்சலிலும் சிக்கித் தவித்து இருந்த சமருக்கு, இந்த அமைதி ஆறுதலாக இருந்தது. வெகு நேரம் கழித்து தன் விருப்பமான இடத்தினை வந்தடைந்த திருப்தியோடு சமர் தேநீரைச் சுவைக்க ஆரம்பித்தான்.

ஊர் புறங்களுக்கே உரிய தனிச்சுவையோடு, சர்க்கரை சற்று தூக்கலாகப் போடப்பட்டிருந்த தேநீர் அவனுக்குள் இறங்க இறங்க, அவனின் உடல் இன்னதென்று கூறமுடியாத இன்ப நிலையில் மிதந்து கொண்டிருந்தது.

ரசித்து ருசித்து தேநீரைப் பருகிக் கொண்டிருந்த சமரின் தோள்களைத் தட்டி உயிர்ப்பித்தான் வினய்.

தன் மோனநிலை பறிபோன கோபத்தில், சமர், "என்னடா?" என்றான் சற்று கடுப்பேறிய தோரணையில்.

அது ஒண்ணுமில்லடா, "மண்டபத்துல பாட்டு நின்னு போச்சு, யாரோ மைக்ல பேசுற மாதிரி சப்தம் கேக்குது" என்றான்.

சமரும் தன் சிந்தனையை கை விடுத்து, ஒலிபெருக்கி மூலம் ஒலித்த குரலைக் கவனித்துக் கேட்டான்.

அது நான்கைந்து பெண்கள் சேர்ந்து பேசும் குரல்... தேனிசைத் தென்றலாய் இதமான நிறுத்தல் அளவைகளோடு கோர்த்தெடுத்த வார்த்தைகளாய் அது ஒலித்தது.

அன்பிங்கே விதையாகி,
விதை முளைத்து பயிராகும்!
பகலவனின் பார்வை வீச
பசுந்தென்றலில் அசைந்தாடும்!
நின் ஆசைகள் அனைத்தும்
அற்புதமாய் நிறைவேற,
எங்களின் அன்பு வாழ்த்துக்கள் தோழி!...

என்று சொல்லி முடித்தது அந்தப் பெண்கள் குழு.

சமர், "பேசலைடா, யாரோ சிலர் கல்யாண பொண்ணுக்கு திருமண வாழ்த்து சொல்லி இருக்காங்க போல" என்றான்.

வினய், "பார்றா, நமக்கு மேல கஞ்சப் பயலுங்க ஏகப்பட்ட பேர் இருக்கானுங்க. ஒரு கடிகாரம் வாங்கி தர்றதுக்கு பயந்து, கவிதைய வாசிச்சே சமாளிக்கிறாங்கனா எவ்வளவு கெட்டிக்காரங்கனு பாத்துக்க" என்று சொல்லிச் சிரித்தான்.

சமர் செவிகளில் கவிதை என்றொரு வார்த்தை நுழைந்ததும், தன் கையிலிருந்த டம்ளரைக் கீழே போட்டுவிட்டு ஓட ஆரம்பித்தான்.

வினய், "டேய்.. நில்லுடா, நாம கொஞ்சம் டீசண்ட்டா நடந்துக்கனும்" என்று கத்தியது எதையும் அவன் கண்டு கொள்ளவே இல்லை.

இயந்திர கதியில் பாய்ந்தோடியவன் மண்டபத்தினை நெருங்கியதும் மீண்டும் பழைய பாடல்கள் ஒலிக்க ஆரம்பித்து விட்டது.

சமர் உடைத்துச் சென்ற டம்ளருக்கும் சேர்த்து காசைக் கொடுத்துவிட்டு வினய்யும் வேகமாக மண்டபத்தை வந்தடைந்தான். அங்கே வரவேற்பு நிகழ்ச்சி முடிவடைந்து விட்டதால் மக்கள் அனைவரும் முண்டியடித்துக் கொண்டு வெளியே வர ஆரம்பித்திருந்தனர்.

இதில் மணமக்கள் எங்கே இருக்கிறார்கள் என்றே கண்டுபிடிக்க முடியவில்லை. சமர் எப்படி அந்தப் பெண்களின் கூட்டத்தைக் கண்டு பிடிப்பான்?

கடலில் தொலைத்த குண்டூசியை தேடுவது போல திக்கு தெரியாமல் போய்க் கொண்டிருந்த அவனை வினய் தடுத்து நிறுத்தினான்.

"என்ன தேடுற?" என்றான் வினய்.

"எனக்கு நல்லா தெரியும், நான் கண்டெடுத்த கவிதைகளும் இப்ப இங்க அந்தப் பொண்ணு வாசிச்ச கவிதைகளும் ஒரே எழுத்தாளருடையது" என்று அவன் வாய் வினய்க்கு பதில் சொல்லிக்கொண்டு இருந்தாலும், கண்கள் மட்டும் தனியே செயல்பட்டு அங்கிருக்கும் அத்தனை இளவயது பெண்களையும் உற்று நோக்கியது.

வினய் கொஞ்சமும் யோசிக்காமல், "ரெண்டும் ஒரே ஆளோடதாவே இருக்கட்டும், அதனால என்ன இப்ப?"

"அது யாருனு தெரிஞ்சுக்கனும்டா.."

வினய் கோபம் ஏறிய குரலில், "தெரிஞ்சுகிட்டு என்ன செய்யப் போற?" என்றிட, சமருக்கு என்ன பதில் சொல்வது என்று தெரியவில்லை.

அது நேரம் வரைக்கும் ஒரு புள்ளியில் நிற்காமல் ஆடிக் கொண்டே இருந்த அவன் கருவிழியும் கவனமும் ஒரு நேர் கோட்டிற்கு வந்தது.

வினய், "திரும்பவும் சொல்லுறேன் நாமெல்லாம் அழையா விருந்தாளி, வந்த தடயம் இல்லாம திரும்பி போறதுதான் நல்லது" என்று சொல்லிவிட்டு கூட்டத்தில்

கலந்து மறைந்து விட்டான்.

தன் கட்டுப்பாட்டை மீறி அலைபாயும் மனதைச் சரி செய்யத் தெரியாமல் தவித்த சமர் சிலை போல அந்த மண்டபத்தின் மையப் பகுதியில் நின்று கொண்டிருந்தான்.

4

பொதிகை மலையில் இருந்து பாய்ந்து இறங்கும் இரவு நேரக் குளிர் காற்றைக் கொஞ்சமும் பொருட்படுத்தாத சமர், மொட்டைமாடியில் தன்னந்தனியே நின்று கொண்டிருந்தான்.

அவன் கீழே இறங்கி வருவான் என்று காத்துக் கொண்டிருந்த வினய்க்கு நேரம் ஆக ஆகப் பொறுமை கற்பூரமாய் கரைந்து போனது.

"என்ன நினைச்சுட்டு இருக்கான் இவன்? நாம சொல்றது எதையும் கேட்கவே மாட்டானா? தன் இஷ்டத்துக்கு இருக்கணும்னு நினைக்கிறவன் எதுக்கு இவ்வளவு தூரம் வரணும்?" என்று வாணலியில் இட்ட கடுகாய் வெடித்தான்.

சந்துரு தன் உதட்டோர புன்னகையை மறைத்தபடி, "வரமாட்டேன்னு சொன்னவன விடாம நம்ம சிவாதான் வலுக்கட்டாயமா இழுத்துட்டு வந்தான்" என்று இடையில் ஒரு வார்த்தையைச் சொருகினான்.

"அவன் கல்யாண மாப்பிள்ளை, வர சொல்லுவான். அதுக்காக வந்த இடத்தில் இப்படியா நாகரீகம் இல்லாம நடந்துக்குறது? இப்ப போய் அவன நறுக்குன்னு நாலு கேள்வி கேட்டா தான் என் மனசு ஆறும்" என்ற வினய், சந்துரு தடுத்தாலும் கேட்காமல் மொட்டை மாடிக்குச் சென்று விட்டான்.

பிறை நிலவின் வெளிச்சத்தை இமைக்காமல் பார்த்தபடி நின்றிருந்தவனை, "டேய் சமர், ஏன் இங்க நிக்கிற? கீழ வா" என்றழைத்தான் வினய்.

அவன் குரல் கேட்டாலும், சமர் அசையாது நின்றிருக்க, "சந்துரு, வாடா அவன கீழ இழுத்துட்டு போவோம்" என்று அதிரடி உத்தரவுகளைப் பிறப்பித்தான்.

சந்துருவின் உடல் லேசாக உதற, "எனக்கு அவன் நிற்கிற தோரணையே ஒரு தினுசா தெரியுது. இந்த ஊருக்கு வர்ற வரைக்கும் நல்லா இருந்த பையன் இப்ப வேற மாதிரி இருக்குறான். ஒருவேள அவனுக்கு எதாவது பேய் புடிச்சிருக்குமோ?" என்றான் சந்தேகமாய்.

"பேயாவது பிசாசாவது, அவனுக்கு நேத்துவரை கவிதை பைத்தியம் புடிச்சிருந்தது, இப்ப புதுசா காதல் பைத்தியமும் புடிச்சிருக்கு போல. அது ரெண்டும் இவன நிஜப் பைத்தியமா ஆக்குறதுக்குள்ள நாம இங்கிருந்து கிளம்பிடணும்."

"நான் தெளிவாத்தான் இருக்கேன், எனக்குள்ள அளவுக்கதிகமான ஆர்வம் வந்திருக்கு. தேவையில்லாம அதுக்குத் தப்புத் தப்பா பேரு கட்டாதீங்க" என்றான் இவர்களின் புறம் திரும்பாமலேயே.

வினய், "டீ டம்ளர கீழ போட்டு உடைச்சுட்டு பின்னங்கால் பொடதியில அடிக்க ஓடின இவரு நார்மலா இருக்குறாராம், இத நாம நம்பனுமாம். கேக்குறதுக்கே காமெடியா இருக்குல சந்துரு?" என்றிட, சந்துருவும் சேர்ந்து சிரித்து விட்டான்.

சமரிடம் வினய் கேட்கும் இந்தக் கேள்விக்கு பதில் இல்லை, மௌனமாய் நின்றிருந்தான்...

வினய், "நான் ஏன் இவ்வளவு தூரம் உன்ன கட்டாயப்படுத்துறேன் தெரியுமா? இதே மாதிரி ஒரு சம்பவம் என் வாழ்க்கையில ஏற்கனவே நடந்திருக்கு.

நாங்க வேலைக்குச் சேர்ந்த புதுசுல, இதே மாதிரி எங்க டீம்ல இருந்த ஒருத்தரோட கல்யாணத்துக்காக ஆந்திராவுக்குப் போனோம். போன இடத்துல எங்களோட வந்த பையன் அந்த ஊரு பொண்ண லவ் பண்ணி தொலைச்சுட்டான்.

விஷயம் வெளிய தெரிஞ்சதும் ஒட்டு மொத்த ஊரும் ஒண்ணு கூடி, அந்தப் பையன அடிச்சு விரட்டி விட்டுட்டாங்க. அவன காதலிச்ச பொண்ணு அவமானத்துல தூக்குல தொங்கிடுச்சு, அதனால போலீஸ் கேஸ் ஆகிப்போச்சு.

நடக்க இருந்த கல்யாணமே நின்னு, எங்கள கூட்டிட்டு போன மனுஷன் வாழ்க்கைய வெறுத்துட்டு, வேலைய விட்டு போயிட்டான். அவன திரும்ப எங்களால கான்டாக்ட் பண்ணவே முடியல.

அடுத்த ஆறு மாசத்துக்கு கோர்ட்டு கேஸுனு சென்னை வரைக்கும் ஏகப்பட்ட பிரச்சனை வந்தது. அதெல்லாம் சமாளிச்சு மேல வர்றதுக்குள்ள எங்களுக்கெல்லாம் போதும் போதும்னு ஆயிடுச்சு.

ஒருத்தரோட ஆசையால எவ்வளவு பேரோட வாழ்க்கை அழிஞ்சு போச்சு பாரு? இதெல்லாம் நம்ம சிவாக்கு தேவையா? நாளைக்கி கல்யாணம் முடிஞ்சதுமே நாம மூணு பேரும் இங்கிருந்து கிளம்பிடலாம்" என்றான் உறுதியான குரலில்.

சமர், "நான் வரல, வேணும்னா நீங்க போங்க.." என்றான் விட்டேற்றியாய்.

"உன் மனசுல என்ன காதல் மன்னன்னு நினைப்பா? பாக்காம காதல், கேக்காம காதல்னு எதையாவது செஞ்சு நம்ம மானத்த வாங்கித் தொலைக்க போறியா?" என்று கத்தினான் வினய்.

சமர் நிதானமாக, "திரும்ப திரும்ப காதல்னு முட்டாள்தனமா பேசாதடா, அந்தக் கவிதைகள எழுதினது பொண்ணுனு தெரிய முன்னாலேயே நான் அத எழுதினது யாருனு தேட ஆரம்பிச்சுட்டேன். அது உனக்கே நல்லாத் தெரியும்.."

"சரி, இப்பதான் அது பொண்ணுனு தெரிஞ்சு போச்சுல்ல? இனி அந்தக் கவிதையும் வேணாம், இந்த ஊரும் வேணாம். பாவம்டா சிவா, நம்மள நம்பி நடு

வீடு வரைக்கும் போக வரனு பர்மிஷன் வாங்கி வச்சிருக்கான், உன்னால மத்தவங்க முன்னால எங்க பேர் கெட்டு போறத நான் விரும்பல" என்று முகத்தில் அடித்தாற் போல சொல்லிவிட்டான்.

"நான் ஒரு குருவை தேடுற சீடன் மன நிலைமை தான் இதுவரைக்கும் இருக்குறேன். இத யாரும் தப்பா நினைக்க மாட்டாங்க, நீ தேவையில்லாம பயந்து சாகாத. எனக்கு என்னவோ அந்தக் கவிதை என்ன கூப்பிடுற மாதிரியே இருக்குடா, யார் தடுத்தாலும் நான் போவேன்" என்று பதிலுக்கு பதில் பேசினான் சமர்.

சந்துரு, "குருவ தேடுறியா? நானே உன்ன நம்பல, மத்தவங்க நம்புவாங்களாடா? லூசு மாதிரி உளறாம மூட்டை முடிச்ச கட்டுற வழியப்பாரு.."

சமர் நகராது நிற்க சந்துரு, "உன்ன இந்த அளவு உறுதியா நிக்க வைக்கிற அளவுக்கு அந்தக் கவிதையில என்னதான்டா இருக்கு?" என்று கேட்டதும், சமர் ஒரு காகிதத்தை எடுத்து வந்து அவர்கள் இருவரின் முன்னாலும் வைத்தான்.

"ரெண்டு பேர்ல யாராவது ஒருத்தராச்சும் இத வாசிச்சு அர்த்தம் சொல்லுங்க பாப்போம்?" என்றான் திமிரோடு.

அந்தக் கவிதையில் இருந்த வார்த்தைக் கோர்வைகளைக் கண்டதும் சந்துரு, "என்னடா இது சங்க இலக்கியம் மாதிரி இருக்கு? எனக்கு நேத்துல இருந்து ஒத்த தலை வலியா இருக்குது சமர், டீம் ஹீட் வினய் புத்திசாலி. அவன் உனக்குப் பதில் சொல்லுவான்" என்று ஜகா வாங்கினான்.

வினய், "என்ன இருக்கு? ஏதேதோ பழைய வார்த்தைகள் நிறைய போட்டு மிக்சர் மாதிரி இருக்கு. என்ன சொல்ல வர்றாங்கனே புரியல" என்றான் விட்டேற்றியாய்..

சமர், "நான் சொல்லுறேன், அதுக்கப்புறமா பேசு" என்றவன் கவிதையை வாசிக்க ஆரம்பித்தான்.

"ஊறு கொண்டான்
உயிர் கொணா
ஏன் விடுத்தாயோ ?

இதுக்கு அர்த்தம், மத்தவங்களுக்கு கெடுதல் நெனச்சு அடிமைப்படுத்தின கெட்டவங்கள ஏன் நீ விட்டு வச்ச?

ஆண்டான்
கூட்டிய கூட்டங் கண்டாயா
அவன் பாறைக்
கோட்டை கண்டாயா ?
குருதி சூட்டை இழவாத
பிணப்போர்க்களங் கண்டாயா ?

ராஜாக்கள் கூட்டின கூட்டத்த பாத்தாயா? அவன் கட்டின கோட்டைய பாத்-தாயா? போர்க்களத்துல சூடான ரத்தத்தோட பிணங்கள் விழுந்தத பார்த்தாயா?

வெண்தோலான் வீழவே
வறட்சி பூண்டாயா ?
வேலுங்கம்புமென எம்மோர் வெல்ல
உடன்புரிந்து துணைசெய்தாயா ?

வெள்ளக்காரன வீழ்த்துறதுக்காக வறட்சியானாயா? வேல் கம்போட எங்க ஆளுங்க சண்ட போட துணைக்கி போனாயா?

ஆண்டை - அடிமை உயர்வு
தூரமுங் கண்டாயோ ?
அவர்களுள்ளும் எழுங்
கூடல் காதல் கண்டாயோ ?

பெரியவன் சின்னவன்னு மனுஷங்க தங்களைத் தாங்களே தூரமாக்கிக்கிட்டத பார்த்தாயா? அவங்களுக்குள்ள உருவான காதலையும் கூடலையும் பார்த்தாயா?

மடமை மாந்தர் தற் பெருமை பேச
நீயுஞ் சிரித்தாயோ ?
பித்தானவர்களே உங்கள் பிடி நீர் நானென
எச்சி உமிழ்ந்தாயோ ?

நான் தான் பெருசுனு குல வழி பெருமை பேசுனவங்கள பார்த்து நீயும் சிரிச்-சாயா? பைத்தியக்காரனுங்களா கடைசியில உங்கள கரைக்க போற பிடி நீர் நான்-தான்னு நினைச்சு எச்சி துப்பினாயா?

குறிஞ்சி வடிய கண்டாயாம்
முல்லை ஓட கண்டாயாம்
மருதமும் நிறைய கண்டாயாம்
நெய்தலுங் கலக்க கண்டாயாம்
பாலை மட்டும்
ஏன் வெறுத்து நின்றாயோ ?
சொல்லடி பெருங்கிழுவியே
நின்னன் சூட்மந்தான் யாதோ ?
யாவும் கண்டுங் கடந்துங்
நின் காதல் நிறையலையா?
இம்மையுயிர் பிழைக்க
இன்னுங்கூட விழுகிறாயே...
உன்னுள் இரகசிய தாய்மைக்கு
உலகே பதில் செய்ய வேண்டுமடி...

இதுக்கு அர்த்தம் உங்களுக்கே தெரியும். நான் எழுத நினைச்சத விட நூறு மடங்கு அற்புதமா இருக்கு அந்தப் பொண்ணோட கவிதை. இப்ப சொல்லுங்க, அந்தப் பொண்ணு சாதாரணமானவளா?..." என்றான்.

அதைக்கேட்ட சந்துருவும் வினய்யும் வாயினுள் கொசு போனால் தெரியாத அளவிற்கு வாயைப் பிளந்து கொண்டு நின்றனர்.

சமர், "இவ்வளவு கருத்துக்களை இந்த சின்ன கவிதையில சொல்ல முடியும்னா அந்தப் பொண்ணுக்கு எவ்வளவு திறமை இருக்கும்னு யோசிச்சு பாருங்க. அந்தப் பொண்ணோட மதிப்பு தெரியாத யாரோ ரொம்ப சுலபமா இதெல்லாம் குப்பையில போட்டுட்டாங்க.

நாம உதவி செஞ்சா, அந்தப் பொண்ணுக்கு பேர், புகழ், நல்ல எதிர்காலம்னு எதாவது ஒண்ணு கிடைக்க வாய்ப்பிருக்கு. எனக்கு உதவி பண்ணுங்கடா" என்றான் சமர்.

வினய், "அந்த வேலையே வச்சுக்காதடா, என்னதான் டெக்னாலஜி வளர்ந்தாலும் கிராமப்புறம் இன்னமும் ஜாதி மதத்துக்குத்தான் முக்கியத்துவம் கொடுக்குது. நாளைக்கி சிவா மேரேஜ் முடிஞ்சதுமே அவன்கிட்ட சொல்லிட்டு நான் வண்டியைக் கிளப்பிடுவேன்" என்றவன் மற்றவர்கள் பதிலைக் கூட கேட்காமல் படி இறங்கிப் போய் விட்டான்.

சமருடன் பேசுவது ஆபத்து எனத் தெரிந்த சந்துருவும் வினய்யை பின் தொடர்ந்து வந்துவிட்டான்.

அறைக்கு வந்ததும், "டேய், ஏன்டா இப்படி படபடன்னு பேசுற? பாவம்டா சமர், கவிதைனா அவனுக்கு உயிர்னு நமக்கே தெரியும். நல்ல கவிதை குப்பையில கிடந்ததால ஏதோ டென்ஷன்ல பேசுறான். விட்டுப் புடிக்கிறத விட்டுட்டு, இப்படி விட்டேத்தியா நடந்துக்காதடா" என்று சமருக்காய் பேசினான் சந்துரு.

"அவன்ட்ட இப்படி பேசினாத்தான் கொஞ்சமாவது அடங்குவான். நம்ம பிடியை கொஞ்சம் லூசாக்கினா, வைதேகி காத்திருந்தாள் படத்துல வர்ற வெள்ளச்சாமி மாதிரி தெருத்தெருவா கவிதை வாசிச்சுட்டு சுத்த ஆரம்பிச்சிடுவான். நமக்கு அது தேவையா?" என்றதும் சந்துரு வேகமாய் வேண்டாம் என்று தலையாட்டினான்.

"அப்ப கம்முனு படு, நாளைக்கு நடக்கிறத நாம நாளைக்கு பாத்துக்கலாம்" என்றவன் நிம்மதியா படுத்து உறங்க ஆரம்பித்தான்.

சமர் மீது அவன் நண்பர்களுக்குத் தான் இரக்கம் இல்லை என்றால், நித்ரா தேவிக்கு என்ன கோபமோ? அவளும் அவன் புறம் தன் கருணைப் பார்வையை வீச மறுத்துவிட்டாள்.

அடுத்த நாள் காலையில் கோலாகலமாகத் திருமண வேலைகள் ஆரம்பித்தது. நேற்றைய ரிசப்ஷனே பரவாயில்லை என்பதைப்போல திருமணத்தில் கூட்டம்

நெட்டித் தள்ளியது.

சந்துரு ஆரம்பம் முதலே சிவாவுக்குத் துணை மாப்பிள்ளையாய் நின்று-கொள்ள, வேறு வழியில்லாத வினய் சமரை தான் செல்லும் இடங்களுக்கெல்லாம் இழுத்துக் கொண்டு சென்றான்.

மணமகன் மணமகளுக்குத் தாலி கட்டிய அடுத்த நொடியே பந்தி போடும் அறையின் கதவுகள் திறக்கப்பட்டு விட்டன. இதற்கெனவே காத்திருந்த உறவினர்-கள் கூட்டம், மடைதிறந்த வெள்ளம் போல உள்ளே பாய்ந்திற்று. நேற்றைப் போல இல்லாமல், இன்று பந்தி வைப்பதற்கெனத் தொழில் முறை ஆட்களை கூலிக்கு நியமித்திருந்தனர்.

இந்தப்பக்கம் பாத்திர பண்டங்கள் பரிசுகளாய் மலையெனக் குவிய, அந்தப்பக்-கம் மொய் எழுதும் வேலை கணக்கச்சிதமாய் நிகழ்ந்தேற, மற்றொருபுறம் அடுத்த-டுத்த சடங்குகளுக்காய் உறவினர்கள் ஓட என்று பொழுது நிற்காமல் நகரத் துவங்-கியது.

இதற்குமேல் பசியைத் தாங்கிக் கொண்டு உட்கார்ந்து இருக்க முடியாது எனும் நிலைக்குத் தள்ளப்பட்ட நண்பர்கள் இருவரும் பந்தி நடக்கும் இடத்திற்குச் சென்-றனர். ஏழெட்டு முறை பந்தி வைத்து முடித்த பிறகும் மக்கள் கூட்டம் இன்னமும் அங்கே குறைந்தபாடில்லை.

இதை ஏற்கனவே எதிர்பார்த்தது போல சிவாவின் மாமா அடுத்த ரவுண்டு உணவுகள் சமைக்கும் வேலைக்கு சமையல்காரரிடம் பேசிக்கொண்டிருந்தார்.

சமர், "மறுபடியும் சமையலா?" என்று அதிசயித்தான்.

"அட இதெல்லாம் கம்மி தம்பி, பொண்ணு வீட்டுக்கு செலவ இழுத்து வைக்-கக் கூடாதுனு நெருங்கின சொந்தக்காரங்கள மட்டும் கூப்பிட்டு செஞ்சிருக்கோம். இல்லனா தாராளமா பதினஞ்சு பந்தி போவும்" என்று சாதாரணமாகச் சொன்னார்.

வினய், "நல்லா பாத்துக்க, இந்த ஊர்ல ஒருத்தனுக்கு நெருங்கின சொந்தம் மட்டுமே எவ்வளவு இருக்குனு" என்று சொல்லிட, சிவாவின் தாய்மாமா அவன் சொன்னதைக் கேலி என்று நினைத்துச் சிரித்துக் கொண்டே நகர்ந்து விட்டார்.

ஆனால் சமருக்கு தெரியும், வினய் எந்த அர்த்தத்தில் இதைச் சொன்னான் என்று. அவனோடு பேசும் மன நிலைமையில் சமர் இல்லை என்பதால் அமைதி-யாக இருந்து கொண்டான்.

அவன் அமைதியை அவனுள் உருவான மனமாற்றம் என்று நினைத்த வினய், "சரி, இப்போதைக்கு நமக்கு சாப்பிட இடம் கிடைக்காது போல தெரியுது, பேசாம வெளிய போய் ஒரு டீ அடிச்சுட்டு வருவோம்" என்றழைத்தான்.

அப்போது அங்கே வந்த சந்துரு, "டேய், என்னால பசி தாங்க முடியல, தயவு செஞ்சு ஏதாவது ஒரு இடம் புடிச்சு கொடுங்கடா. தின்னுட்டு ஒரு ஓரமா படுத்-துக்குறேன்" என்று பாவமாய் கேட்டான்.

சந்துரு சரியான சாப்பாட்டு ராமன், அதைச் சொல்லித்தான் அவனிடம் தனக்கு வேண்டுமென்ற காரியங்களை அனைவரும் சாதிப்பார்கள். அப்படி வேளைக்கும் வஞ்சனையில்லாமல் வயிறை வளர்த்தவன், முதல் முறையாகப் பசி என்றதும் சமருக்கு மனம் தாங்கவில்லை.

சமர், "அதோ அங்க ரெண்டு பேர் எந்திரிக்கிறாங்க பாரு, வா அங்க போகலாம்" என்று அவனை அழைத்துச் சென்றான்.

சந்துரு அமர்ந்ததும், வினய் சமரைப் புடித்து அமுக்கி சந்துருவுக்கு பக்கத்தில் இருந்த காலியான இடத்தில் அமர வைத்தான்.

"எனக்கு பசிக்கலடா" என்று எழ முயன்றான் சமர்.

வினய், "எனக்கு பசிக்குது, பக்கத்துல இருக்குறவரு சாப்பிட்டு முடிச்சதும் நான் அங்க போய் உக்கார்ந்துக்குவேன். நீ எங்களைத் தாண்டி எங்கேயும் போகாம இங்கேயே உட்காரு."

சமருக்கு வினய்யின் அத்துமீறல் கண்டு கோபம் வந்தாலும், அவ்வளவு பெரிய கூட்டத்தின் நடுவில் எதையும் காட்டிக் கொள்ள விரும்பவில்லை.

அவர்கள் மூவரும் சாப்பிட்டு முடிக்கையில் கடைசிப் பந்திக்கான அழைப்பு விடுக்க ஆரம்பித்தனர்.. எஞ்சிய மிச்ச சொச்ச ஆட்களும் பந்தி நடக்கும் இடத்திற்கு வந்து விட்டனர்.

சாப்பிட்டு முடித்திருந்த சமர், "நான் போய் கைய கழுவிட்டு வந்துடுறேன்" என்று சொல்லிவிட்டு எழுந்தான்.

சந்துருவும் வினய்யும் இன்னமும் சாப்பிட்டு முடிக்காததால், சம்மதமாய் தலையாட்டினார்கள். கிராமத்து மண்டபம் என்பதால் பொதுவாய் அமைக்கப்பட்டிருக்கும் மூன்று குழாய்கள்தான் அத்தனை பேருக்கும் கை கழுவுவதற்கு.

சமர் கை கழுவும் போது அவனுக்கு அருகில் ஒரு வயதான மனிதரும் உடன் கை கழுவ வந்து நின்றார். கொடுவா மீசை, காதைத் தாண்டி வளர்ந்திருந்த கிருதா என்று திரைப்படங்களில் வரும் உருவங்களோடு தொண்ணூறு சதவீதம் ஒத்துப்போன அவரைப் பார்த்துச் சிறு புன்னகை செய்தான் சமர்.

அவரும் பதிலுக்குப் புன்னகைத்துவிட்டு தன் பாதையில் நடக்க ஆரம்பித்தார். அதேநேரம் சாப்பிட்டு முடித்து விட்டு வெளியே வந்தாள் பெண்ணொருத்தி...

"வாம்மா லச்சுமி, நேத்து ஏதோ மேடையில பாட்டு பாடுனியாமே? உங்க அத்தக்காரி வீட்டுக்கு வந்து சொன்னா" என்று புதிதாய் புடவை கட்டியிருந்த அந்தப் பெண்ணிடம் உரிமையாய் வம்பிழுத்தார் அவர்.

நழுவும் புடவையை ஒற்றைக் கையால் நாலாபக்கமும் இழுத்துப் பிடித்துக் கொண்டே நடந்த லட்சுமி வெட்கப் புன்னகையோடு, "ஆமாங்க மாமா, கூடப் படிக்கிற புள்ளைங்க எல்லாரும் சேர்ந்து பாட்டு பாடினோம். நீங்கதான் கேக்க குடுத்து வைக்கல" என்று பதில் சொல்லிக் கொண்டே கையைக் கழுவினாள்.

"சீலத்துணி நல்லாருக்கு தாயி உனக்கு, உங்கப்பன்ட்ட சொல்லி மாப்பிள்ள பாக்க சொல்லிடுவோமா?" என்று அடுத்த கட்டத்திற்கு போனார் அவர்.

"ஆத்தி, வேணாங்க மாமா. இன்னும் படிக்கனும் நானு" என்றவள் அதற்கு மேல் அங்கு நிற்காமல் பந்தி நடக்கும் இடத்தை விட்டு வெளியேறும் திசைக்குப் போனாள்.

சமர் தன்னை அறியாமல் அந்தப் பெண்ணை பின்தொடர்ந்து சென்றான். மண்டபத்தின் உள்ளே சென்றவள், தன் அம்மாவிடம் வீட்டுச் சாவியை வாங்கிக்-கொண்டு தனியே புறப்பட்டாள்.

சுற்றும் முற்றும் பார்த்த சமர், ஓசை எழுப்பாமல் அவளைப் பின் தொடர்ந்து நடக்க ஆரம்பித்தான்.

5

திருமணத்திற்கு வந்திருந்த ஊர் மக்கள் அனைவரும் ஒட்டு மொத்தமாய் மண்டபத்தைச் சுற்றியே உலவிக் கொண்டிருந்ததால், வீதிகள் எல்லாம் வெறிச்சோடிக் கிடந்தன.

அதிலும் வீதியை விட சிறிய அளவிலான சந்துப் பகுதிகள், தெரு நாயைத் தவிர வேறு எந்த அரவமும் இன்றி அனாமத்தாய் இருந்தது.

முதன் முதலாக சேலை கட்டி இருந்ததால் தன்னைத் தானே தேவதையாக நினைத்துக் கொண்டு நடந்த லட்சுமி, வெகு தாமதமாக தன்னை யாரோ பின்தொடர்வதைப் போல் உணர்ந்தாள்.

அச்சத்தில் திரும்பிப் பார்க்காமல் ஓட்டமும் நடையுமாய் விரைந்து போனவளை, ஒரு சில தெருநாய்கள் வழிமறித்தது. நாய்களைக் கண்டு பயந்தவள் பின்வாங்கும் முன், சமர் அங்கு வந்து வழிமறித்த படி நின்று கொண்டான்.

லட்சுமி, "இங்க பாருங்கண்ணே, எங்க பெரியப்பா பையன் இந்த ஊரு கவுன்சிலரு. எங்கிட்ட ஏதாச்சும் தப்பு தண்டா செய்ய பார்த்தா, நீங்க இந்த ஊர் எல்லையைத் தாண்டி உசுரோட போக முடியாது" என்று நடுங்கும் குரலில் அவனை எச்சரித்தாள்.

சமர், "நான் உன்ன பயமுறுத்த வரலம்மா, ஒரு சின்ன சந்தேகம், அதுக்கு விளக்கம் தேடி வந்தேன். நேத்து ரிசப்ஷன்ல நீங்களும் உங்க ப்ரெண்ட்ஸூம் வாசிச்ச கவிதை ரொம்ப அழகா இருந்தது.

இந்த ஊர்ல இவ்வளவு திறமையான பொண்ணுங்க இருக்கும்னு சத்தியமா நான் எதிர்பார்க்கல. என் சந்தேகம் என்னன்னா, ஏம்மா உங்க கவிதையை குப்பையில போட்டீங்க?" என்றான்.

அவளோ முன்பின் தெரியாத ஒரு ஆணிடம் பேச அஞ்சி நடுங்கிட, "நா எதையும் குப்பையில போடல" என்று அழுவதைப் போல பேசினாள்.

"வேற யாரு போட்டாங்க? உங்கிட்ட ஏதாவது மிச்ச கவிதைகள் இருக்காம்மா?" என்று சமர் தன் அடுத்த கேள்வியை முன்வைத்தான்.

"அது என் கவிதை இல்ல, கண்மணியோட கவிதைண்ணா. நாங்க எடுத்துட்டு போய் வாசிச்சோம், அவ்வளவுதான்" என்றவள் அவன் உறைந்து நின்ற நொடியில், அவனைத் தாண்டி ஓடிவிட்டாள்.

"கண்மணியா? அது யாரு?" என்று கேட்டுக்கொண்டே அவள் பின்னால் தொடந்து செல்லப் போனவனை நான்கு கரங்கள் தடுத்து நிறுத்தியது.

திரும்பிப் பார்த்தால், வினய்யும் சந்துருவும் கொலை செய்யும் அளவு கோபத்தோடு நின்றிருந்தனர்.

சமர், "நீங்க எப்படிடா இவ்வளவு தூரம் வந்தீங்க?"

சந்துரு, "எங்கிருந்தாலும் உனை நான் அறிவேன், உன்னை என்னை அல்லாது வேறு யார் அறிவார்?" என்று ராகம் கோர்த்துப் பாட்டுப் பாடினான்.

சமர், "என்னடா சொல்லுற?"

"சாரிடா சமர், நேத்துல இருந்து பழைய பாட்டா கேட்டோம்ல, அதோட தாக்கத்தால எனக்குள்ள இருந்த சூப்பர் சிங்கர் எகிரி குதிச்சு வெளிய வந்துட்டான். மத்தபடி உன்ன கண்டுபிடிக்க நாங்க பெருசா எந்த சிரமும் படல."

"அப்படினா?" என்று குழப்பமாய் அவர்கள் இருவரின் முகத்தையும் பார்த்தான் சமர்.

வினய் தன் செல்போனை தூக்கிக் காட்டி, "இன்னிக்கி காலையில் நீ தூங்கி எழுந்திருக்க முன்னாலேயே ஒரு வேலைய பார்த்துட்டோம். உன் வாட்ஸப்ல லைவ் லொகேஷன் ஆன் பண்ணி, எனக்கும் சந்துருவுக்கும் நீ போற இடத்தையெல்லாம் பாக்குற மாதிரி செஞ்சுட்டோம்" என்றான் வில்லத்தனமாய் சிரித்துக்கொண்டே.

சமர் கொஞ்சம் கோபமாக வினய் முகத்தைப் பார்க்க,

சந்துரு, "நாங்கூட இன்னைக்கு காலையில நம்ம பையனுக்கு இவ்வளவு பெரிய ப்ளான்லாம் தேவையானு வினய்ய கிண்டல் பண்ணேன். ஆனா கடைசியில அவன் சொன்னது மாதிராதான் சம்பவம் நடந்திருக்கு" என்றான் கையைப் பிசைந்தபடி.

சமர், "நான் கண்மணிய பாக்க போறேன், என்னை அந்தப் பொண்ணோட வார்த்தைகள் கட்டி இழுக்குது. ஏதோ ஒரு பெரிய பாரம் என் தலையில உக்காந்திருக்குற வலிய நான் உணருறேன்" என்று ரத்தினச் சுருக்கமாய் தன் நிலைப்பாட்டை வெளிப்படுத்தினான்.

வினய், "அது உன் இஷ்டம், இதுக்கு மேல எங்களால உன்ன கட்டுப்படுத்த முடியாதுனு எனக்கு நல்லா புரிஞ்சுடுச்சு. நான் சிவாட்ட சொல்லிட்டேன், இன்னிக்கி ஈவ்னிங் ஊருக்கு கிளம்ப போறேன்.

எங்கூட வரணும்னு நினைக்கிறவங்க தாராளமா என் கார்லயே வரலாம். வர இஷ்டம் இல்லாதவங்கள கண்டிப்பா வாங்கனு சொல்லி கட்டாயப்படுத்த மாட்-

டேன்" என்றவன், திரும்பிப் பார்க்காமல் நடக்க ஆரம்பித்துவிட்டான்.

சந்துரு, "எனக்கென்னமோ வினய் சொல்றதுதான் சரினு தோணுது. ஆனா அதுக்காக உன்ன அம்போனு விட்டுட்டுப் போக மனசு வரல, நான் என்ன செய்யனும் உனக்கு?" என்றான்.

அவனைப் பார்த்து புன்முறுவல் பூத்த சமர், "கண்மணிய கண்டு பிடிக்கனும்" என்றான்.

சமரும் சந்துருவும் திரும்பி வந்தபொழுது மண்டபம் பாதிக்குமேல் காலியாகி இருந்தது. நல்ல நேரம் பார்த்து புதுமண தம்பதிகளை வீட்டிற்கு அழைத்துச் சென்றுவிட்டனர். பந்தியும் முடிந்து விட்டதால் வாடகைக்கு எடுத்த பாத்திரங்களை கழுவி திருப்பித் தரும் பணியும், மற்றொருபுறம் சேர், லைட்டுகளைத் திருப்பித் தரும் பணியும் துரிதமாய் நிகழ்ந்து கொண்டிருந்தது.

அந்த வேலையைக் கூன் விழுந்த சிவாவின் பாட்டி தாத்தா மேற்பார்வை பார்த்துக் கொண்டிருந்தனர்.

சந்துரு, "நீங்க பொண்ணு மாப்பிள்ளைகூட போகலையா பாட்டி?" என்றான்

"இல்ல கண்ணு, எங்களால அம்புட்டு தொலைவு நடக்க முடியாது. எப்படியானாலும் துன்னூரு பூச ராத்திரி எங்கிட்டதேன் கூட்டிட்டு வருவாங்க, அப்ப பாத்துக்குவோம்" என்றார் பாட்டி.

தாத்தா, "நீ துணை மாப்பிள்ளையாச்சே, மாப்பிள்ள புள்ள கூட போவலையாப்பா?"

சந்துரு, "அட நீங்க வேற தாத்தா, துணை மாப்பிள்ளைனு சொன்னதும் நானும் செம கெத்தான ஒரு பொறுப்பு நமக்கு கிடைக்கப் போகுதுன்னு சந்தோஷமா இருந்தேன். ஆனா அவனுக்கு முகம் துடைச்சு விடவும், தலைவாரி விடவும் இன்ஸ்டன்ட் வேலைக்காரனா என்ன புடிச்சி அமுக்கி இருக்கான் அந்தப் படுபாவி.

எப்படிடா தப்பிக்கலாம்னு நான் யோசிச்சுட்டு இருந்த நேரம், பொண்ணுக்கு தம்பி தானா வந்து சிக்கிட்டான். அவன சிவாவோட கோர்த்து விட்டுட்டு பின்வாசல் வழியா நைசா தப்பிச்சு ஓடிட்டேன்.."

தாத்தா, "துணை மாப்பிள்ளயா இருக்கவே இம்புட்டு நோகுதுங்குற, உன்ன மாப்பிள்ளையா உட்காரச் சொன்னா என்னய்யா செய்வ?" என்றார்.

"ரொம்ப சிரமப்படாம ரெஜிஸ்டர் ஆபீஸ்ல கல்யாணம் பண்ணிடுவேன்" என்றிட தாத்தாவும் பாட்டியும் பொக்கை வாய் திறந்து சந்தோஷமாகச் சிரித்தனர்.

அவர்களின் சிரிப்பில் கலந்து கொள்ளாமல் தனித்து இருந்த சமர் மீது தாத்தாவின் பார்வை விழுந்தது.

"தம்பி, ஏன்யா ஒரு மாதிரி இருக்க?"

சமர் பதில் சொல்லாமல் அவர் முகத்தைப் பார்த்தான்.

வலி மிகுந்த அவனின் பார்வை பாட்டியின் மனதைப் பிசைய, "ஏதாவது பிரச்-சனையாப்பா?" என்றார்.

சுருக்கங்கள் நிறைந்த அவரின் கையைத் தனக்கு ஆதரவாகப் பிடித்துக் கொண்ட சமர், "எனக்கு கண்மணிய பாக்கனும் பாட்டி" என்றான்.

அந்த நொடியே முதியவர்கள் இருவரின் புன்னகையும் முற்றுப் புள்ளியை நோக்கி நகரத் துவங்கிவிட்டது.

அவர்கள் காட்டிய அமைதியில் எதையும் புரிந்துகொள்ள முடியாமல் தவித்த சமர், "எனக்கு தெரியும், உங்களுக்குக் கண்டிப்பா இதனால கோபம் வரும்னு. ஆனா எனக்கு கண்மணிய பாத்தே ஆகணும் பாட்டி" என்றான் உறுதி நிறைந்த குரலில்.

தாத்தா, "ஏன் தம்பி?" என்றார்.

"என் மனசுல எந்த தப்பான எண்ணமும் இல்ல. நான் ஒரு கவிஞன், நாங்க இங்க வந்த முதல் நாள் அந்தப் பொண்ணோட கவிதைகளை எதேச்சையா குப்-பைத் தொட்டியில பார்த்தேன்.

அந்தக் கவிதைகள் என்னையும் என் மனசையும் ஏதோ ஒரு விதத்துல ஆட்-டுவிக்கிது. நேத்து ராத்திரி முழுக்க நான் ஒத்தக் கண்ணு கூட உறங்கவே இல்லை. அந்தப் பொண்ணை பார்த்து ஏன் இவ்வளவு அழகான கவிதைகள குப்பைத் தொட்டியில போட்டீங்கனு கேட்கணும்" என்றான் சமர்.

அவன் தன் பக்கத்து நியாயங்களைத் தெளிவாக எடுத்துச் சொன்ன பின், பாட்டி அவனுக்கு ஆதரவாக மனம் மாறிவிட்டார்.

தாத்தா எதுவும் சொல்லாமல் அமைதியாக அமர்ந்து இருந்ததால் பாட்டியே முன்வந்து, "சிவாவோட மறுவீடு விசேஷம் எல்லாம் முடியிறதுக்கு சாயங்காலம் ஆகும். அது நல்லபடியா முடிஞ்சதுக்கு அப்புறம் நான் உன்ன கண்மணியோட வீட்டுக்கு கூட்டிட்டு போறேன் ராசா" என்று வாக்குக் கொடுத்தார்.

அதைக்கேட்ட சமருக்கு சந்தோஷத்தில் கால்கள் இரண்டும் தரையோடு ஒட்-டவில்லை.

வினய் சொன்னதைப் போலவே திருமண வேலைகள் முடிந்ததும், சிவாவின் குடும்பத்தினரிடம் அவசர வேலை என்று பொய் சொல்லிவிட்டு, தன் காரை கிளப்பிக் கொண்டு சென்னை நோக்கிப் பறந்து விட்டான்.

அந்தி மாலை வரை பாட்டியின் அழைப்புக்காகக் காத்திருந்தனர் சமரும் சந்-துருவும். வெளிச்சம் மறையத் துவங்கியதும் அவர்களின் அறைக்கு வந்தார் பாட்டி. அவர் முகம் பார்த்ததும் சமர் பாய்ந்து ஓடி வந்தான்.

சந்துரு, "பறக்காத, பாட்டி ஸ்பீடுக்குத்தான் நாம நடக்க போறோம்" என்று சத்தமின்றி சமரின் நடவடிக்கையைக் கிண்டலடித்தான்.

"வாங்கய்யா போவோம்" என்ற பாட்டி, இருவரையும் வீட்டின் பின் வாசல் வழியே அழைத்துச் சென்றார்.

கிராமப்புறம் என்பதால் பெரிய வீதிகள் மட்டுமே முறையான வரிசையோடு அமைக்கப்பட்டிருந்தது. ஏனைய சந்து பொந்து பகுதிகள் அனைத்தும் அவரவர் நிலத்தின் பிடியைக் கூட பிறருக்கு விட்டுத் தரக் கூடாது எனும் நோக்கோடு விதவிதமான வடிவங்களில் கட்டி வைக்கப்பட்டிருந்தது.

பாட்டி வேண்டுமென்றே வீதி பாதைகளை விடுத்து, சந்து பகுதிகளின் வழியாக சமரை அழைத்துச் சென்றார்.

பாட்டியின் செய்கைக்கு நிச்சயம் ஏதோ ஒரு அழுத்தமான காரணம் இருக்கும் என்று நினைத்த சமர் அமைதியாக இருக்க சந்துரு நாவைக் கடுட்டுப்படுத்த இயலாமல், "பாட்டி, அந்தப் பொண்ணும் இதே தெருதான, ஏன் தெரு வழியா போகாம சந்து பக்கமா போறோம்?" என்று வாய் திறந்து கேட்டு விட்டான்.

பாட்டி, "சொல்லுதேன்யா" என்பதோடு தன் வார்த்தைகளை முடித்துக்கொண்டார்.

வீட்டின் பின் வாசல் வழியே ஒரு பெரிய சந்துக்குள் புகுந்தவர்கள், அதன் பின் ஒரு குறுகிய பாதை வழி சென்று, அதன் பிறகு குட்டிக்கரணம் அடிக்கும் படியான பாதையெல்லாம் கடந்து ஒருவழியாக அந்த மஞ்சள் நிற வீட்டின் முன்பாக வந்து நின்று விட்டனர்.

"கமலா.. அடியே கமலா.." எனக் குரல் எழுப்பியபடி பாட்டி உரிமையாய் வீட்டினுள் நுழைய, சமரும் சந்துருவும் தயங்கித் தயங்கி உள்ளே சென்றனர்.

"அப்பத்தா, என்ன இம்புட்டு தூரம்?" என்று கேட்டபடி அடுப்பங்கரையில் இருந்து வெளியே வந்த கமலம், சமர் முகத்தைப் பார்த்ததும் அதிர்ந்து போனார்.

பாட்டி, "இந்த புள்ளைங்க ரெண்டும் நம்ம சிவா கூட வேலை பார்க்குது, மெட்ராசுல இருந்து வந்திருக்கு. இந்த பையனும் நம்ம கண்மணி கணக்கா நிறைய கவிதையெல்லாம் எழுதுவாப்புலயாம். அதுல சிலது சினிமாவுல பாட்டா வந்திருக்குனு சிவா சொல்லி இருக்கான்.

அவனுக்கு நம்ம கண்மணி எழுதின கவிதை எப்படியோ கிடைச்சுச்சாம், அதுல இருந்து அந்தப் புள்ளைய பார்க்காம சோறு தண்ணி இறங்கல. ஒருதடவ அந்தப் பொண்ண பார்த்து பேசணும்னு எங்கிட்ட கேட்டாப்புல.

இவங்கள மூணு நாளா நான் பாக்குறேன், இருக்கிற இடம் தெரியாம அதுங்க பாட்டுக்கு பசு போல இருந்துச்சு. அதான் புள்ளைய காட்டலாம்னு நம்பி கூட்டியாந்தேன் தாயி. உனக்கு சம்மதம்னா கண்மணிய ஒரு தடவ கூப்புடுத்தா?" என்று அக்கவிஞனுக்கே டஃப் கொடுக்கும் வகையில் சாதுரியமாகப் பேசினார்.

கமலா, "இதுல என்ன இருக்கு அப்பத்தா, தாராளமா பேசட்டும். அவ என்ன செஞ்சுகிட்டு இருக்கானு நான் உள்ள போய் பாக்குறேன்" என்றவர் பக்கத்தில்

இருந்த அறைக்குள் சென்றார்.

சமருக்கு ஆர்வ மிகுதியில் அறைக்குள் எட்டிப் பார்க்க வேண்டும் என்று தோன்றியது. ஆயினும் தன் ஐம்புலன்களையும் அடக்கி வைத்துக்கொண்டு அமர்ந்திருந்தான்.

அவன் படும்பாடு புரிந்த சந்துரு, "ரொம்ப டென்ஷனா இருக்கோ? ஆனாலும் உன்ன இவனுங்க நல்லா வச்சு செய்றாங்க, பேருக்குக் கூட இந்த வீட்ல ஒரு போட்டோ கூட இல்ல பாரு" என்றான்.

சமர் அப்போதுதான் அந்த அறையைச் சுற்றி நோட்டமிட்டான். ஆம்! அங்கே எந்த புகைப்படங்களும் இருக்கவில்லை. இதற்கு முன் புகைப்படங்கள் இங்கே வசித்தன என்பதற்கு அடையாளமாய் சில ஆணிகள் மட்டும் வெறுமையாய் ஆங்காங்கே சுவற்றைக் கட்டிப்பிடித்துக் கொண்டு நின்றது.

பொதுவாகவே கிராமப்புறங்களில் தங்கள் வீட்டுப் பிள்ளைகளின் புகைப்படங்களை, வீட்டின் முதன்மை அறையில் மாட்டி வைப்பதை ஒரு கலாச்சாரமாய் வைத்திருப்பர். சிவாவின் சிறிய வீட்டில் கூட ஏழெட்டு புகைப்படங்களை கிடைத்த இடத்தில் எல்லாம் மாட்டி வைத்திருந்ததை சமர் முதல்நாளே கவனித்திருந்தான்.

'இவர்கள் ஏன் இருந்ததை எடுத்திருக்கின்றனர்?' எனும் கேள்வி அவனின் இளமனதில் வேர் விடத் துவங்கிய நேரம்,

கமலம் சங்கடமான முகத்தோடு வந்து, "மன்னிச்சிடுங்க அப்பத்தா, அவ மாத்திரைய போட்டுட்டு நல்லா தூங்குறா, எழுப்ப எழுப்ப எழுந்திரிக்க மாட்டேங்கிறா" என்றார்.

பாட்டி என்ன சொல்வது என்று தெரியாமல் இருக்க சமர் தன் பொறுமையைக் கைவிட்டு, "உங்களுக்கு ஆட்சேபனை இல்லைனா நான் ஒரே ஒரு தடவை கண்மணிய பார்க்கலாமா?" என்றான்.

கமலம் யோசிக்காமல், "சரி தம்பி, உள்ள வாங்க" என்றார்.

சமர் இருக்கையிலிருந்து விருட்டென எழுந்து அவர் பின்னால் செல்ல, சந்துரு அவனைப் பின் தொடர்ந்து சென்றான். ஆனால் பாட்டி மட்டும் வேதனை நிறைந்த முகத்தோடு தன் இடத்தை விட்டு நகராது அமர்ந்திருந்தார்.

அடுத்த இரண்டு நிமிடங்களில் சமர் அந்த வீட்டை விட்டு வெளியேறி, வீதியில் நடந்து கொண்டிருந்தான்.

6

அதீத ஆர்வத்தோடு அறையினுள் நுழைந்த சமரின் கண்கள், அசையாத சிற்பம் போலப் படுக்கையில் படுத்திருந்த வென்பஞ்சு தாரகையின் மேல் படர்ந்தது.

காண்போரைக் கவரும்படி செதுக்கிச் செய்திட்ட முகவெட்டு, அர்ஜுன வில்லாய் வளைந்து நிற்கும் புருவம், அதன் கீழே பொக்கிஷ பேழையாய் பூட்டிக்கிடக்கும் விழிகள், அளவான கூர்முனை மூக்கு, அதனையடுத்து தாமரை இதழ்கள் கொண்டு செய்திட்ட அதரங்கள் என்று அழகின் சொரூபமாய் இருந்தாள் அவள்.

அவன் பார்வை முகத்தைக் கடந்து கீழிறங்கிய போதுதான் அவனுக்கு ஒன்று புரிந்தது. அவளின் கைகளைக் காணவில்லை!

இமைப் பொழுதில் அவன் இதயத்தின் மீது யாரோ இமய மலையைத் தூக்கி வைத்தது போல் பாரமேறிப் போனான் சமர். அவன் இருக்கும் இடம் கொஞ்சம் கொஞ்சமாகப் புதைகுழியாய் மாறி அவனை உள்ளே இழுப்பது போன்று மாயத் தோற்றம் காட்டியது.

நாசி வழியே இழுத்த காற்று, நுரையீரலுக்குப் போகாமல் நடுவிலேயே பின் வாங்கிட, உடல் முன்னுக்குப் பின் முரணாகச் செயல்பட்டது. விட்டால் இப்போதே இதயம் வெடித்துவிடும் எனும் எல்லைக்குச் செல்ல, சமர் புயல் வேகத்தில் அவ்வீட்டை விட்டு வெளியேறினான்.

சந்துரு, "டேய்.. சமர்.. டேய்.. நில்லுடா.." என்று கத்திக்கொண்டே வாசல் வரைக்கும் அவன் பின் வந்தான்.

ஆயினும் சமர் நில்லாமல் சென்றதால் சந்துருவுக்கு அடுத்து என்ன செய்வது என்றே தெரியவில்லை. அவனும் பாட்டியும் சேர்ந்து கமலத்திடம், சமர் செய்த தவறுக்கு மன்னிப்பு கேட்டு விட்டு அங்கிருந்து வெளியேறினார்கள்.

வீட்டின் மொட்டை மாடியில் நின்று அவள் வீடு இருக்கும் திசை பார்த்து நின்றிருந்த சமரை சந்துருவின் கோபக் குரல், நிஜ உலகிற்கு இழுத்துக் கொண்டு வந்தது.

"உனக்கென்ன அறிவு கெட்டுப்போச்சா சமர்? வினய் சொன்னதுதான் சரி, ஒருத்தரோட ஆசை பலருக்கு வலிய உண்டாக்குது. உனக்கு சப்போர்ட் பண்-

ணினதுக்கு பதிலா, நான் வினய்க்கு சப்போர்ட் பண்ணி இருக்கலாம். ஒழுங்கா இந்நேரத்துக்கு ஊரு போயாவது சேர்ந்திருப்பேன்.."

அப்போதும் சமர் இவன் பக்கம் திரும்பாமலேயே இருக்க, "வினய்ட்ட கவிதை, வாழ்க்கை, முன்னேற்றம்னு அந்தப் பேச்சு பேசின? இப்ப ஏதாவது பேசுடா" என்றான் சந்துரு.

"பாட்டி எங்க?" என்று தயங்கித் தயங்கிக் கேட்டான் சமர்.

"நம்மள நம்பி அங்க வரைக்கும் கூட்டிட்டு போனாங்கள்ல, அதுக்கு ரொம்ப நல்ல கைமாறு பண்ணிட்டோம்னு முச்சந்தி புள்ளையாருக்கு தேங்காய் உடைக்க போய் இருக்காங்க" என்று எரிந்து விழுந்தான்.

"இல்லடா, நான்.." என்று சமர் பேசத் துவங்கும் முன்பே,

"நல்ல வேள அந்தப் பொண்ணு தூங்கும் போது போனோம், இல்லனா நீ செஞ்ச வேலைக்கு அது எவ்வளவு வருத்தப்பட்டு இருக்கும்?" என்றான் சந்துரு.

சமர், "எழுத்தை நேசிக்கிற ஒரு எழுத்தாளினி தன் ரெண்டு கையையும் இழந்துட்டு நிக்கிறா. இதவிட அவள வேற எந்த விஷயமும் அதிகம் வருத்தாது சந்துரு" என்றான் உண்மையான வலியோடு.

அவன் பின்னாலிருந்து ஒரு பெண் குரல், "ரொம்ப சரியா சொன்னீங்க தம்பி" என்றது.

சமரும் சந்துருவும் அதிர்ச்சியாய் குரல் வந்த திசையில் திரும்பினர், அங்கே கமலம் நின்றிருந்தார்.

சமர் சங்கடமாய் தலை குனிந்து, "நான் எதையும்.." என்று ஆரம்பிக்கும் முன்பே, அலை பாய்ந்திடும் அவன் மனதை ஆறுதல் படுத்தும் விதமாகப் பேச ஆரம்பித்தார் கமலம்.

"நீங்க வேணும்னு செய்யலனு எனக்குத் தெரியும் தம்பி. என் பொண்ண முதல் தடவ ஹாஸ்பிடல்ல கை இல்லாம பார்க்கும் போது, நானும் இப்படிதான் நடந்துகிட்டேன். நமக்கு உண்டாகுற காயத்த விட, நம்ம உயிரானவங்களுக்கு உண்டாகுற காயம், நமக்கு ரொம்ப கொடூரமான வலிய உருவாக்கும்" என்றதும் சமர் சரி என்பது போலத் தலையாட்டினான்.

"என் பொண்ணுக்கு கவிதைனா ரொம்ப இஷ்டம், எப்பவும் பென்சிலால தன் நோட்டுல எதையாவது கிறுக்கிகிட்டே இருப்பா. அவளோட கவிதைக்காக நிறைய பாராட்டும் பரிசும் வர ஆரம்பிச்சதுது. அதே நேரம் எங்களுக்கு பயம் வர ஆரம்பிச்சது..

கண்மணியோட அப்பா பேரு கலைவாணன், அவரு எப்பவும் அவளுக்கு முழு சப்போர்ட் பண்ணுவாரு. எனக்கு இந்த விஷயத்துல சுத்தமா உடன்பாடு இல்ல.

'பொம்பள புள்ள கதை, கவிதையெல்லாம் எழுதக்கூடாது. உன் மனசுல இருக்கிற உணர்வுகள்தான் கவிதையா வருதுனு ஊருக்குள்ள நாலு பேர் நாலுவி-

தமா பேசுவாங்க. அது உன் எதிர்காலத்துக்கு நல்லது இல்லை'னு சொல்லி எப்பவும் அவள திட்டிக்கிட்டே இருப்பேன்.

எனக்கு பயந்தே அவ ரகசியமா டைரி போட்டு கவிதை எழுதினா. ரகசியமாத்தான எழுதுறானு நானும் எதுவும் சொல்லல. பையனும் படிப்ப முடிச்சிட்டு வெளிநாட்டு வேலைக்கு போயிட்டான்.

கண்மணியும் அவ விரும்பின படியே நல்ல மார்க்கோட பிஏ தமிழ் படிச்சு முடிச்சா. வரன் கூடி வந்தா அவளுக்கு இந்த வருஷம் கல்யாணம் பண்ணி வச்சு, எங்க கடமை முடிச்சுடனும்னு நானும் அவ அப்பாவும் நினைச்சுட்டு இருந்தோம்.

'எனக்கு தமிழ்ல ஆர்வம் அதிகமா இருக்கு. இப்ப இல்லனாலும் எதிர்காலத்துல நல்ல கவிதை புத்தகங்களை வெளியிட ஆசைப்படுறேன்.

அதுக்கு நிறைய படிக்கனும், என்ன மேல படிக்க வைக்கிறதுக்கு மாப்பிள்ளை சம்மதிச்சா எனக்கும் கல்யாணத்துல சம்மதம்'னு அவ சொல்லிட்டா.

அவ சம்மதம் சொன்னதும் கண்மணியோட அப்பா சந்தோஷமா மாப்பிள்ள தேட ஆரம்பிச்சாரு. பொண்ணு அழகா இருந்ததால நிறைய வரன் வீடு தேடி வந்தது.

என் கணவர், 'நம்ம மேல இருக்கிற நம்பிக்கையில கண்மணி கல்யாணத்துக்கு சம்மதம் சொல்லி இருக்கா. அவளோட எதிர்கால லட்சியத்த புரிஞ்சிக்கிற பையன தேடித் தர வேண்டியது நம்ம கடமை'னு கைக்கு வந்த ஒவ்வொரு வரனையும் அலசி ஆராய்ந்து பார்த்துட்டு இருந்தாரு.

இப்படி எங்க வாழ்க்கை அழகா போயிட்டு இருந்த நேரம், திடீர்னு ஒருநாள் என் புருஷனுக்கும் பொண்ணுக்கும் ஆக்ஸிடண்ட் ஆயிடுச்சுனு போன் வந்தது.

அடிச்சு புடிச்சு ஆஸ்பத்திரிக்கு போய் பார்த்தேன். என் வீட்டுக்காரரோட உடம்பு பாதி நசுங்குன நிலமையில கிடந்தது. என் பொண்ணு அப்பாவ காப்பாத்த முயற்சி செஞ்சு கைய தொலைச்சுட்டு மயக்கத்துல கிடந்தா.

பையனுக்கு போன் பண்ணா, பணம் அனுப்புறேன், ஆக வேண்டிய காரியத்தை எல்லாம் சொந்த பந்தங்கள வச்சு முடிச்சிடுங்கனு சுலபமா சொல்லிட்டான். நான் பெத்த புள்ளையா இது? உயிரோட இருந்தும் குடும்பத்துக்கு உதவாம நிக்கிறானேனு அன்னிக்கே அவனையும் தலைமுழுகிட்டேன்.

உண்மையான சோதனைக்காலம் ஹாஸ்பிடல்ல இருந்து கண்மணி வீட்டுக்கு வந்ததுக்கு அப்புறந்தான் ஆரம்பிச்சது. இயல்பிலேயே கூச்ச சுபாவம் அவளுக்கு.. ஆக்ஸிடென்ட்க்கு அப்புறம் மனசளவுல ரொம்ப உடஞ்சு போயிட்டா.

ஒரு நாள் அர்த்த ராத்திரி பேய் மாதிரி உக்காந்திருந்தா..

'ஏன்டி இப்படி உக்காந்திருக்க? தூக்கம் வரலையா?' னு கேட்டேன்.

'தண்ணி வேணும்மா, உன்ன எழுப்ப வேணாம்னு நினைச்சேன்'னு சொல்லுறா.

'எவ்வளவு நேரமாடி உக்காந்திருக்க?' னு கேட்டா,

கூசாம 'ரெண்டு மணி நேரமா உக்காந்திருக்கேன்' சொல்லுறா தம்பி.

தண்ணிய எடுத்து குடிக்க வச்சா, ரெண்டு வாயோட போதும்னு சொன்னா..

'ரொம்ப நேரமா தாகமா இருந்தியே, இன்னும் கொஞ்சம் குடிடி' னு சொன்னா,

'வேணாம்மா அப்புறம் பாத்ரூம் போறதுக்கு வேற உன்ன எழுப்ப வேண்டி இருக்கும். நீ ஏற்கனவே பகலெல்லாம் எனக்காக எல்லாத்தையும் செஞ்சு ரொம்ப கஷ்டப்படுற. ராத்திரியும் உன்ன நிம்மதியா தூங்க விடலைனா எப்படி?' னு கேக்குறா.

சரியா சாப்பிடுறது இல்ல..

கேட்டா, 'ஒரு நாளைக்கு எத்தனை தடவை பாத்ரூம் போறது? உனக்கும் ஓயாம என்ன கூட்டிட்டுப் போய் கூட்டிட்டு வர்றதால கஷ்டமா இருக்கும்ல அம்மா?'னு கேக்குறா.

பெத்த புள்ளைக்கு வேலை செய்ய எந்த அம்மாவாவது வருத்தப்படுவாங்களா? என்னால அவளுக்கு இதைப் புரிய வைக்கவே முடியல தம்பி..

ப்ரெண்ட்ஸ் யாராவது வீட்டுக்கு வந்தா, யாரையும் பாக்க விரும்பலனு அழுறா.

எதுலயும் விருப்பம் இல்லாம இருக்குறாளேனு திரும்ப கவிதை எழுதச் சொன்னேன். அவளுக்கு வேணுங்கிற உதவி எல்லாம் நான் பண்றேன்னு சொன்னேன். அவளும் சந்தோஷமா சரினு சொன்னா..

ரெண்டு நாள் அடித்தல் திருத்தலோட நிறைய கவிதை எழுதினோம், என்ன நினைச்சாளோ தெரியல. இத்தன வருஷமா அவ ரகசியமா வச்சிருந்த அத்தனை நோட்டு புக்கையும் எடுத்துக் குப்பையில போடச் சொல்லி அழுது ஆர்ப்பாட்டம் பண்ணிட்டா.

'ஏன்டி? என்ன ஆச்சு?'னு கேட்டா பதிலே இல்ல...

பெத்தவகிட்டயே எதையும் வாய்விட்டுச் சொல்ல மாட்டேன்ற அளவுக்கு, அவ அழுத்தமான மனநிலைக்குப் போயிட்டு இருக்குறா..

நத்தை மாதிரி தன்னைத்தானே அவ கொஞ்சம் கொஞ்சமா கூட்டுக்குள்ள சுருக்கிட்டு போறத பார்த்து என்னால தாங்க முடியல தம்பி. ஏதாவது செஞ்சு என் பொண்ண மீட்கனும், அதுக்கு நீங்கதான் எனக்கு உதவி செய்யனும். எனக்கு அவள விட்டா உலகத்துல வேற யாருமே இல்ல தம்பி" என்று முகத்தை மூடிக் கொண்டு அழ ஆரம்பித்துவிட்டார்.

சமர் எதுவும் பேசாமல் சிலையாய் நிற்க சந்துரு, "அழாதீங்கம்மா, என்ன பண்ணலாம்னு பாப்போம்" என்று அவருக்கு ஆறுதல் வார்த்தை சொன்னான்.

கமலம், "எனக்கு நிஜம்மா என்ன பண்றதுனே தெரியல தம்பி" என்று மீண்டும் தேம்பித் தேம்பி அழுதார்.

சமர், "எனக்கு கண்மணிய கல்யாணம் செஞ்சு தர்றீங்களா?" என்று தேங்காய் உடைப்பது போல் படக்கென்று கேட்டு விட்டான்.

சந்துரு அதிர்ச்சியில் உறைந்து நிற்க, கமலமோ விரக்திச் சிரிப்போடு, "அவ்வளவு பேராசை இல்லப்பா எனக்கு, என்ன இருந்தாலும் நீயும் நல்லா வாழ வேண்டிய பையன். எனக்கு என் பொண்ண பத்தின ஆசைகள் இருக்கிற மாதிரி, உன் குடும்பத்துக்கும் உன்னபத்தின ஆசை இருக்கும்.

நேத்து பூக்கடைக்கு பக்கத்துல நீங்களும் உங்க நண்பர்களும், பொண்ணு வீட்டுக்காகச் சீர் எடுத்து வைக்கிறது பத்தி பேசினத நான் கேட்டேன். ஆம்பளை புள்ளை எப்படி பொறுப்பா இருக்கணுமோ அப்படி இருந்தீங்க..

அதுனாலதான் நீங்க வீட்டுக்கு வந்ததும் உள்ள கூப்பிட்டு உக்கார வச்சேன். அப்பத்தா சினிமாவுல பாட்டு எழுதுறீங்கனு சொன்னதும், என் மனசுக்கு எவ்வளவு சந்தோஷமா இருந்தது தெரியுமா?

நீங்க ஒரு தடவை பேசினாலே, என் பொண்ணுக்கும் உங்க மூலமா திரும்பவும் கவிதை எழுதுற ஆசை வரும். அது மூலமா அவ தன் மன அழுத்தத்தை விட்டு வெளியே வருவாளேனுதான் பெட்ரூம் வரைக்கும் உங்கள போகவிட்டேன்.

என் தேவையெல்லாம் என் பொண்ணுக்கு நம்பிக்கை தர்ற விதமா நீங்க ஒரு நல்ல வழி காட்டனும். அவளோட வாழ்க்கைக்கு அஸ்திவாரம் கிடைச்சா, அதுக்குப் பிறகு அவளே தானா மேல வருவா" என்றார்.

சமர், "எனக்கு உங்க நல்ல மனசு புரியுது. ஆனா நான் ஒண்ணும் தியாக மனப்பான்மையோட இதை கேட்கலைங்க. நேத்து வரைக்கும் கண்மணியோட கவிதைகள் மேல எனக்கு அபரிமிதமான மரியாதை இருந்தது.

அந்தப் பொண்ணோட கவிதைகள யார் குப்பையில போட்டிருப்பா? ஒருவேள அந்தப் பொண்ணு மாட்டக் கூடாத இடத்துல மாட்டிகிட்டு இருக்குதோன்ற பயம் என் மனச ஆட்டி படைச்சது.

இப்ப அதுக்குத் தெளிவான விளக்கம் கிடைச்சிடுச்சு. எல்லாத்தையும் சேர்த்து பார்த்தா ஒரு நேர் கோடு விழுறது எனக்கு புரியுது. இதுக்கு மேல நான் யோசிக்க எதுவும் இல்ல..

என் அம்மா அப்பா எப்பவும் என் விருப்பத்துக்குக் குறுக்க நிக்க மாட்டாங்க. நீங்க சம்மதம்னு ஒரு வார்த்தை சொன்னா, வாழ்க்கையோட அடுத்த கட்டத்துக்கு கண்மணிய கூட்டிட்டுப்போக என்னாலானதை செய்வேன்" என்று தெளிவாய் பேசினான்.

கமலம், "தம்பி நீ சொல்றத கேக்கும் போது எனக்கும் ஆசையாத்தான் இருக்கு, ஆனா அது அவ்வளவு சுலபம் இல்லப்பா. எதுக்கும் நாளைக்கி காலையில வரைக்கும் நல்லா யோசனை பண்ணுங்க, உங்க முடிவு எதுவா இருந்தாலும் எனக்கு சம்மதம்" என்று கூறிவிட்டு அங்கிருந்து சென்றார்.

அடுத்த நாள் காலையில் கமலம் வாசல் தெளிப்பதற்காக் கதவினைத் திறந்-தார், அங்கே சமர் நின்று கொண்டிருந்தான்.

அதிர்ச்சியும் சந்தோஷமும் கலந்த முக பாவனையில் கமலம், "உள்ள வாங்க தம்பி" என்றார் வாய் நிறைந்த புன்னகையோடு.

"குட் மார்னிங் அத்தை" என்றவன் உரிமையாய் உள்ளே நுழைய, கமலம் முகம் கொள்ளா சந்தோஷத்தோடு சமருக்குக் காபி போடச் சென்றார்.

துயில் எழுந்த கண்மணி, பழக்க தோஷத்தில் நைட்டியோடு ஹாலுக்கு வந்து-விட்டாள். யாரோ ஒரு ஆடவன் அங்கு அமர்ந்திருப்பதைக் கண்டதும் அதிர்ந்து போனவள், வந்த வேகத்திலேயே ஓடிப்போய் கதவுக்குப் பின்னால் ஒளிந்து கொண்டாள்.

சமர், "நான் உங்கள பாத்து பேசத்தான் வந்திருக்கேன், ப்ளீஸ் வெளில வாங்க" என்று இதமான குரலில் அழைப்பு விடுத்தான்.

"என்னையா? எதுக்கு?" என்று சந்தேகத்தோடு கேட்டாள் கண்மணி.

"சும்மாதான், ஜஸ்ட் பேசலாம்னு" எனும்முன்,

"மீடியாவுல இருந்து வந்திருந்தா தயவு செஞ்சு வெளியில போயிடுங்க, நான் யாரோடவும் எதையும் பேசுற மனநிலைமையில இப்ப இல்ல."

"இல்லங்க, நான் சிவா கூட ஐடில வொர்க் பண்றேன். அது போக, கவி உழவன்ற பேர்ல அப்பப்ப கவிதை எழுதுவேன். உங்கள பாக்கனும்னு தோணுச்சு" என்றான்.

அந்தப் பெயரைக் கேட்டதும் கண்மணியின் கண்கள் இனம் புரியா இன்பத்தில் பளபளத்தது.

"அம்மா.. அம்மா இங்க வாயேன்" என்று தன் கூண்டுக்குள் இருந்து குரல் கொடுத்தது அந்தப் பூங்குயில்.

சமர் கையில் சூடான காபியைக் கொடுத்துவிட்டு, "என்னடி?" என்றபடி அவள் அறைக்குள்ளே வந்தார் கமலம்.

"டிரஸ் அட்ஜஸ்ட் பண்ணி விடும்மா" என்று கண்களாலேயே கெஞ்சினாள் கண்மணி.

இதுவரைக்கும் தன் தோழிகளைக் காணக்கூட அறையை விட்டு வெளியே வர மாட்டேன் என்று தூரத்தில் நிறுத்திய அவள், இன்று முதல் முறையாக இவனோடு இணைந்து பேசத் தயாரானது கண்டு அந்த தாயுள்ளம் முழுவதும் பால் மழை பொழிந்தது.

கை இல்லாததால் அடிக்கடி தோள்களை விட்டு நழுவித் தொங்கும் உள்ளா-டையின் பட்டையைத் துப்பட்டாவோடு சேர்த்து ஊக்கிலிட்டார் கமலம்.

"ஹான்.. இது போதும்மா, நான் போய் பேசுறேன். எதுக்கும் நீ என் பக்கத்தி-லேயே இரு" என்று சொல்லிவிட்டு வெளியேறப் போனவளை, இழுத்துப் பிடித்து

நிறுத்தினார் கமலம்.

கண்மணி தன் கோலிக் குண்டு கண்களை உருட்டி குழப்பமாய் விழிக்க, கமலமோ முதல் முறை தன் பிள்ளையைப் பள்ளிக்கு அனுப்பும் தாய் போலப் படியத் தலை வாரி, பவுடர் போட்டு, அழகாய் ஒரு பொட்டும் வைத்து விட்டார்.

"அம்மா, அவரு ஏதோ பரிதாபப்பட்டு என்ன பாக்க வந்து இருக்காரு. நீ என்னடான்னா, வீடு தேடி வந்தவர விரட்டி விட்ருவ போல?" என்று பழைய குறும்போடு வாயாடினாள் கண்மணி.

கமலம், "எல்லாம் எனக்குத் தெரியும். போடி, போய் மரியாதையா பேசு" என்று வெளியே அனுப்பி விட்டு, உள்ளே இருந்தபடியே தன் இஷ்ட தெய்வங்கள் அனைத்திற்கும் நேர்த்திக்கடன் வைக்க ஆரம்பித்தார்.

கண்மணி, "ஹலோ சார், நான் உங்களோட ரொம்ப பெரிய ரசிகை. பேஸ்புக், டுவிட்டர்னு நீங்க கவிதை போடுற எல்லா இடத்துலயும் உங்கள ஃபாலோ பண்ணுறேன்.

நிறைய தடவ உங்க கவிதைக்கு கமெண்ட் பண்ணி இருக்கேன், நீங்களும் எனக்கு ரிப்ளை செஞ்சு இருக்கீங்க. ஆனா இப்ப என்னால எதையும் பாக்க முடியல" என்று சொல்லிவிட்டு சங்கடமாய் தலை தாழ்த்திக் கொண்டாள்.

பொறியில் தானே சென்று மாட்டிய எலி போல அவளே அவனுக்குப் பேச வாய்ப்பு உருவாக்கித் தந்து விட்டாள். இனி சமர் சும்மா இருப்பானா?

"என்னோட கவிதையில, உனக்கு ஐ மீன் உங்களுக்கு எந்த கவிதை ரொம்ப புடிக்கும்?" என்றான்.

"பரவாயில்ல சார், நீ வா போனே பேசலாம். நான் உங்களவிட சின்ன பொண்ணுதானே.." என்றிட சமர் முகத்தில் சிறு புன்னகை கீற்றாய் ஒளிவிட்டது.

அதைக் கவனிக்காத கண்மணி, "உங்க ஒவ்வொரு கவிதையும் ஒவ்வொரு விதத்தில் அழகு, அதுல எனக்கு ரொம்ப புடிச்சதுனா மாசற்ற மதிநிழல் தான் சார்.

மென்னிலை
மென் கோடு
மென் மொழி
மென் முறுவல்
அவள் துணை நேரம்,
அடங்கா அகில ஆசையில்,
மடை படும் உயிர்...
உடை படும் உடல்...
சிதை படும் கவி...
என்னுள்ளம்

என்னை விட்டு,

உன்னைத் தொட்டு,

உயிர் தீண்டி,

தூண்டி,

துயில்படும் உன்னில்...

உன்னானது நீயாயே ஆகும்

பாராய்?

எம் மாசற்ற மதி நிழலே..."

என்று சொல்லி முடிக்கையில் அவளின் உடலும் உயிரும் அந்தக் கவிதையோடு கலந்து கிடந்தது.

சுற்றம் மறந்து சொற்களில் மூழ்கித் திளைத்து இருந்தவள், கரையேறி வரும்பொழுது எதிரில் அமர்ந்திருப்பவன் கண்களில் காதல் போதை தாண்டவம் ஆடுவதைக் கண்டுகொண்டாள்.

இவ்வளவு நேரம் இல்லாத ஞானோதயம் இப்போது அவள் சிந்தையில் உதித்திட, "ஆமா, என்ன எப்படி உங்களுக்குத் தெரியும்? நீங்க எதுக்காக இங்க வந்திருக்கீங்க? யார் உங்கள இங்க வரச்சொன்னா?" என்று அடுக்கடுக்காய் கேள்விகளை அவன் முன் வைத்தாள்..

சமர் சற்றும் தயங்காமல், "நான் உன்ன பொண்ணு பார்க்கிறதுக்காக வந்திருக்கேன், வில் யூ மேரி மீ?" என்றான்.

வெகுண்டெழுந்த கண்மணி, "என்ன? பொண்ணு பாக்கவா? அம்மா, அம்மா இங்க வா.." என்று கத்தி கூப்பாடு போட ஆரம்பித்து விட்டாள்.

"ஆண்டவா, என் பொண்ணு எந்த குழப்பமும் செய்யாம இருக்கணும்" என்று இறுதியாய் ஒரு கோரிக்கையை இறைவனுக்கு அனுப்பிவிட்டு, விரைந்து வெளியே வந்தார் கமலம்.

ஆவேசத்தோடு ருத்ர தாண்டவம் ஆட தயாராக இருந்த கண்மணி, "இவரு அட்ரஸ் மாறி வந்துட்டாரு, உடனே வெளிய அனுப்புமா" என்றாள்.

கமலம் கையைப் பிசையக் கண்ட கண்மணி, "ஓகோ, நீயும் அவருக்குக் கூட்டாளியா? நான்தான் மடச்சி, கை போனதும் கண்ணும் போயிடுச்சு. யாரு என்ன பண்றாங்கனு எதுவும் தெரியல" என்று கண்கள் பனிக்கக் கத்தினாள்.

கமலம், "வீடு தேடி வந்தவர்ட்ட இப்படி வீம்புத்தனமா பேசக்கூடாது கண்மணி" என்றார்.

"நீ பண்றதுக்குப் பேருதான் வீம்பு, உன் விருந்தாளிய நீயே உபசரிம்மா. நான் உள்ள போறேன்" என்று படுக்கை அறைக்குள் செல்ல முயன்றாள்.

அவளைப் பிடித்துக் கொண்ட கமலம், "நான் சொல்றத கொஞ்சம் கேளுடி, இந்த தம்பி உன்னோட கவிதையெல்லாம் படிச்சுட்டு உன்னைத் தேடி வந்திருக்-

காரு. அம்மாவுக்காக அவருகூட நீயும் ஒரு தடவ உக்காந்து பேசிப் பாரேன்" என்று மன்றாட,

"வேணாம்.. வேணாம்.. வேணாம்.. நீ எதுவும் சொல்ல வேணாம்மா.. என்ன தனியா விடுங்க.. என்ன தனியா விடுங்க" என்று அம்மாவின் கைக்குள் அடங்க மறுத்துத் திமிறினாள்.

"ஏன்டி என்ன படுத்துற?" என்று கமலம் கதறினார்.

"அவர வெளிய போகச் சொல்லு, இல்ல நான் ஒட்டு மொத்தமா வெளிய போயிடுவேன்" என்றாள்.

"முடிஞ்சா இப்ப போடி" என்ற கமலம் கதவைப் பூட்டி தாழிட்டார்.

இரு கரம் இல்லா நிலை நினைத்து, கண்மணி உள்ளுக்குள் உடைந்து நொறுங்கிட, இதற்குமேல் இருவரையும் பேச விடக்கூடாது எனும் எல்லைக்கு வந்து விட்டான் சமர்.

உடலும் மனமும் ஒரு நிலையில் இல்லாமல் தவித்த அந்தப் பெண் பாவையின் அருகில் வந்து நின்றான்.

அம்மாவின் முன்பே இத்தனை துணிச்சலோடு அவன் தன்னருகில் வந்து நிற்பது கண்டு அரண்டவள், அடுத்துப் பேச வாயெடுக்க, சமர் அவளை முந்திக் கொண்டான்.

"மிரண்டு மருண்ட இருண்ட உலகில்
இன்னதென்று எதுவும் நிரந்தரமில்லை...
கண்மணியே,
இன்னதென்று எதுவும் நிரந்தரமில்லை...
மனதினைத் திற, மகிழ்ந்து பற..
ஆக்க மற்ற, அழிவு மற்ற,
புத் தொளி, புவி யொளி யதைத்
தேடித்திரிவோம் வா..
நம்மில் தொடக்கமுமில்லை,
முடி வெனுவதுமில்லை..
பிண்ட தொடக்கம்,
அண்ட ஊடுருவல்,
யாக்கை வழி,
உயிர்ப்பு நடை,
ஒவ்வொன்றும் உணர்ந்து வாழ
மனமே திற, மகிழ்ந்து பற..." என்றான்.

பெற்றவளின் குரலுக்குக் கட்டுப்படாத அவளின் மனம், உற்றவனின் கவிதைக்குக் கட்டுப்பட்டது.

ஓ... வென பேரிரைச்சலாய் அவளுள் ஒலித்த வலி, இப்போது அவன் சொன்ன கவிதைகளின் பொருளைச் சுற்றியே பட்டாம்பூச்சியாய் பறந்து கொண்டிருந்தது.

கடிவாளமிட்ட காற்றாய் அவள் அவன் கவிதைக்குக் கட்டுப்பட்டு நின்றாள். வெற்றிப் புன்னகையோடு சமர் அவளை விட்டு விலகி நின்றான்.

7

சமர் மொட்டை மாடியில் இருந்து, இமைக்காமல் அவள் வீட்டை வேடிக்கை பார்த்துக் கொண்டிருந்தான்.

சந்துரு, "உன் முகத்தைப் பார்த்தா ஏதோ சிறப்பான சம்பவம் நடந்திருக்குனு தெரியிது, என்னடா செஞ்சு தொலைச்ச?" என்றான்.

சமர், "கவிதையால என் காதல சொன்னேன்" என்றான் பெருமையாய்.

சந்துரு, "அது போதுமே, நல்லா இருந்த பொண்ண பைத்தியம் பிடிக்க வைக்க. இனி இந்த வீட்டுப் பக்கமே நீ வரக்கூடாதுனு சொல்லி விரட்டி விட்டி-ருப்பாளே?!" என்றதும், சமர் சத்தமாகச் சிரித்து விட்டான்.

ஏனெனில், கண்மணி அப்படித்தான் செய்தாள்!!

மகளின் பிடிவாதம் கண்டு செய்வதறியாது தவித்த கமலத்திடம் சமர், "இப்ப இது போதும், நான் திரும்ப ஒரு பத்து மணி போல வர்றேன் அத்தை" என்று திமிரோடு சொல்லி விட்டு வந்திருந்தான்.

இதோ மணி ஒன்பது முப்பதினை நெருங்கி விட்டது. மாப்பிள்ளை போல அலங்காரம் செய்து கொண்டு அவள் வீட்டிற்குப் போனான் சமர்.

அவனுக்காக வாசல் படியிலேயே காத்துக் கொண்டிருந்த கமலம் இல்லாத புன்னகையை வரவழைத்துக் கொண்டு, "வாங்க தம்பி" என்றார்.

"கண்மணி இப்போ எப்படி இருக்கா? ஏதாவது சொன்னாளா?" என்றான் மனமெங்கும் எதிர்பார்ப்பினை தேக்கி வைத்துக் கொண்டு.

அவன் ஆசை புரிந்தாலும் நிலைமையின் தீவிரத்தை அவன் உணர வேண்டும் எனும் எண்ணத்தில், "சொன்னா.. சொன்னா.. என் காது ஜவ்வு கிழியுற அளவுக்கு ஒரு பெரிய கதை சொன்னா. அதுக்கெல்லாம் நான் மசியலனு தெரிஞ்-சதும் சாப்பிட மாட்டேன்னு மூஞ்சிய தூக்கி வச்சுக்கிட்டு உக்காந்திருக்கா.

உங்க முகத்தைப் பார்த்தாலே கத்து கத்துனு கத்துவேன்னு சொல்லிட்டா. இதுக்கு மேலயும் என்னால நீங்க சிரமப்பட வேண்டாம் தம்பி.." என்றார்.

"நீங்களே இப்படி சொன்னா எப்படி அத்தை? அவளுக்கு வீம்பு அதிகம்தான், அதுக்காக அவ இழுக்கிற இழுப்புக்கு நாம போக முடியுமா? நான் ஒருதடவ பேசி

பாக்குறேன்.

முடியலன்னா நீங்க சொல்ற மாதிரி கேக்குறேன், நீங்க என்ன நினைச்சு கவலைப் படாதீங்க. அப்புறம் இது என்னோட ஹெட்செட், என்ன இருந்தாலும் எங்களுக்குள்ள பேச ஆயிரம் இருக்கும்.

நாங்க பேசி முடிக்கிற வரைக்கும் இத போட்டுகிட்டு ஜாலியா என் போன்ல பாட்டு கேளுங்க. தப்பி தவறி கூட நாங்க பேசுறத கேக்காதீங்க, அப்புறம் காது கருகிப் போச்சுனு என்ன திட்டாதீங்க.." என்று சொல்லிக் கொண்டே உள்ளே நுழைந்தான்.

அவனுக்காகவே வழிமேல் விழி வைத்துக் காத்திருந்தாள் கண்மணி..

அவன் உள்ளே நுழைந்த அடுத்த நொடியே கண்மணி, "ஏங்க, இனி இங்க வரக்கூடாதுனு சொல்லித்தான அனுப்பினேன்? எவ்வளவு திட்டினாலும் எருமத் தோல் மாதிரி எதுவும் உங்களுக்கு உரைக்காதா? உண்மையிலயே உங்களுக்கு மானம் ரோஷம்னு ஏதாவது இருக்கா? அப்படி ஏதாவது இருந்தா திரும்பவும் இங்க வந்து நிக்காதீங்க.." என்று வெண்கலக் கடையில் புகுந்த யானை போல அதகளம் செய்தாள்.

"வாரே வா... நீ சொன்ன டயலாக்க திரும்ப ஒருதடவ சொல்ல முடியுமா கண்மணி? ஏன்னா என் கூட இருக்கிறவங்க எல்லாரும் எப்ப பாரு என்ன ரோஷக்காரன், சிடு மூஞ்சி, முன்கோபினு ஏகப்பட்ட பேர் சொல்லி திட்டுறாங்க.

இப்போ நீ சொன்னத, வீடியோ ரெக்கார்ட் பண்ணி எடுத்துட்டு போய் அவங்களுக்கு போட்டு காட்டுறேன். இனிமேலயாவது என்னப்பத்தி தப்புத் தப்பா பேசாம இருப்பாங்க" என்றான்.

என்ன இருந்தாலும் சமர் ஒரு கவிஞன் இல்லையா? தன் மேல் வந்து விழும் குற்றச்சாட்டு வார்த்தைகளைத் தனக்கு ஆதரவாகத் திசை திருப்புவதில் வித்தகனாய் இருந்தான்.

ஆனால் கண்மணியோ, 'அவனை எப்படியாவது அங்கிருந்து வெளியேற்ற வேண்டும்' என்று உறுதி பூண்டதின் பலனாய், உயர் இரத்த அழுத்தத்தில் அனலெனக் கொதித்துக் கொண்டு இருந்தாள்.

எதிரில் இருப்பவனது வலிமையை உணராத பேதை, இப்போது வரை தான் பேச வேண்டிய வார்த்தைகளில் தனது கவனத்தை வைக்கவே இல்லை.

"உண்மையில யார் சார் நீங்க? நிஜமாவே ஐடில வேலை பாக்குற ஆள் தானா? இல்ல பொண்ணுங்கள கடத்திட்டு போய் மாஃபியாவுக்கு விக்கிறீங்களா?" என்று பட்டாசு போல படபடவென வெடித்தாள்.

"ஹேய் நீயும் நேத்து மதியம் அந்த ஹாலிவுட் படம் பார்த்தியா? நானும் பார்த்தேன். நமக்குள்ள எவ்வளவு சிங்க் ஆகுது பாரேன்..

எனக்கு அந்தப் படத்துல ஹீரோ உயரமான பில்டிங்ல இருந்து டைவ் அடிக்கிற சீன் ரொம்ப பிடிக்கும். உனக்கு எந்த சீன் பிடிச்சது?" என்று நண்பர்களோடு கலந்துரையாடுவது போல அடுத்தடுத்து பேசினான் அவன்.

"எனக்கு அதுல ஒரு மண்ணும் பிடிக்கல.." என்று பேச்சினைக் கத்திரிக்க முயன்றாள் அவள்.

"நினைச்சேன், நீ அந்த படத்து ஹீரோவோட ஆப்போசிட் பார்ட்டிக்கு ஃபேனா இருப்பனு. ஆனா எங்க ஹீரோ பண்ற அளவுக்கு ஸ்டண்ட் சீன்ஸ்லாம் உங்க ஆளு ஒழுங்கா செய்ய மாட்டான். நீ பேசாம எங்க கோஷ்டியில ஜாயின் பண்ணிடு, செம ஃபன்னா இருக்கும்."

"அப்படி ஒரு ஃபன் எனக்கு தேவையே இல்ல. நான் எனக்கு புடிச்ச ஹீரோவுக்குதான் எப்பவும் சப்போர்ட் பண்ணுவேன்" என்றவள் நாக்கைத் துருத்தி பழிப்பு காட்டினாள்.

சமர், "அப்போ நம்ம கல்யாணத்துக்கு அப்புறம் நாம சினிமாவுக்கு போனா நிறைய தரமான சம்பவங்கள் நடக்கும்" என்று சிரிக்க, அப்போதுதான் அவள் ஒரு விஷயத்தை உணர்ந்தாள்.

இவ்வளவு நேரமும் அவளுக்குத் தெரியாமலேயே அவனோடு இயைந்து பேசிக் கொண்டு இருந்திருக்கிறாள்..

"வெளிய போங்க" என்று மீண்டும் முதலில் இருந்து ஆரம்பித்தாள்.

"போறேன்.. போறேன்.. அதுக்கு முன்னால கொஞ்சம் தண்ணி குடிச்சுட்டு போறேன். கிச்சன் எந்தப் பக்கம் இருக்கு?" என்றான் புருவம் உயர்த்தி.

"இதென்ன மைசூர் மகாராஜா பேலஸா? ஒவ்வொரு ரூம்மும் எங்க இருக்குன்னு தேடித் தேடிக் கண்டுபிடிக்க? இருக்குறது நாலு ரூம், இதுல கிச்சன் எந்தப்பக்கம்னு உங்களுக்கு வழிகாட்ட ஒரு கைடு வேற வரணுமா?" என்று எண்ணெயில் போட்ட கடுகாய் வெடித்துச் சிதறினாள்.

"ரைட்டு விடு, நானே கிச்சன தேடி கண்டுபிடிச்சுக்குறேன்" என்றவன் நேரே படுக்கை அறை பக்கம் போனான்.

"அது என்னோட பெட்ரூம், உள்ள போகாதீங்க.. போகாதீங்கனு சொல்றேன்ல.." என்று கத்திக் கொண்டே அவன் பின்னால் ஓடி வந்தாள் கண்மணி.

உரிமையாய் உள்ளே போனவன் படுக்கையில் அமர்ந்து கொண்டான். அது மிகச்சரியாய் அவள் உறங்கும் இடமாய் இருந்துவிட, மகாராஜா போலக் கையையும் காலையும் பரப்பி அவன் அமர்ந்திருந்த தோரணை அவளைப் பரிதவிப்பிற்கு உள்ளாக்கியது.

முன்பு போல் இப்போது அவனோடு எதிர்வாதம் செய்து சண்டையிட முடியாமல் திணறிய கண்மணி, "தயவு செஞ்சு எழுந்து வெளியே வாங்க, நானே கிச்சனுக்கு கூட்டிட்டு போறேன்" என்று தன் பிடியிலிருந்து இறங்கி வந்தாள்.

"எனக்கு தேவையானத நானே கண்டுபிடிச்சுக்கணும் நீதான சொன்ன? எனக்கென்னமோ இங்கிருந்து கிச்சனுக்கு சுரங்கப்பாதை போகுதுனு உள் மனசு சொல்லுது. எதுக்கும் அந்த கபோர்ட திறந்து பாப்போமா.." என்ற சமர் எழுந்திரிக்கும் முன்பே அவள் அந்த கபோர்டை மறைத்துக் கொண்டு நின்றுவிட்டாள்.

"பாத்தியா நீயே என் சந்தேகம் சரின்ற மாதிரி கபோர்ட மறைக்கிற" என்று பொய்யாய் முறைத்தான்.

"மண்ணாங்கட்டி.. அதுக்குள்ள என்னோட இத்துப்போன பத்து சுடிதார்தான் கிடக்கு" என்றாள்.

சமர், "நான் நம்ப மாட்டேன், எனக்கு இதுக்குள்ள சுரங்கப்பாதை இருக்கா இல்லையானு பார்த்தே ஆகணும்" ஒவ்வொரு அடியாய் அவளை நோக்கி நெருங்கி வந்தான்.

அவன் வைக்கும் ஒவ்வொரு அடிக்கும் இங்கே இவளின் இதயம் தப்புத்தாளம் போட்டுத் துடித்தது.

அவளை இன்னும் கொஞ்சம் பரிசோதிக்க ஆவல் கொண்டு வேண்டுமென்றே மூச்சுக் காற்று படும் அளவு நெருக்கத்தில் வந்து நின்றான். அவனது இரு கைகளும் அவளுக்கு அணை கட்டுவது போல, அவளுக்கு இடம் வலமாய் உறுதியாய் நின்றது.

"அம்மா.. அம்மா.. இங்க வாம்மா" என்று அவன் அழைக்கும் குரல் அந்த அறையை விட்டுக் கூட வெளியில் கேட்டிருக்காது.

அது தெரிந்தும் சமர், "நான் வரும்போதே என் ஹெட்செட்ட எங்க அத்தை காதுல மாட்டி விட்டுட்டுத்தான் உள்ளே வந்தேன், நீ எப்படிக் கூப்பிட்டாலும் அவங்களுக்கு கேக்காது பட்டுக்குட்டி.." என்றான்.

"வேணாம்.. வேணாம்.." என்று தான் இருக்கும் இடத்திலேயே புதைந்து மறைந்து கொள்ள முயன்றாள் பேதை.

"என்ன வேணாம்? எது வேணாம்? தெளிவா சொல்லு செல்லம்" என்றபடியே அவளின் நெற்றி தாண்டி பாய்ந்த கூந்தல் இழையைத் தூக்கி காதுமடல் பின்னே சொருகிவைத்தான்.

அவன் விரல் தீண்டலால் உருவான மாயத் தீப்பொறியொன்று அந்த மூங்கில் தேகத்தாளை பற்றி எறியச் செய்திற்று. பல காத தூரம் ஓடி முடித்தது போலக் கண்மணிக்கு மேல் மூச்சு வாங்கியது..

"ப்ளீஸ் போங்க" என்றவளது குரலில் ஆரம்பத்தில் இருந்த கோபம் இப்போது துளியும் இல்லை. மாறாக அச்சமும் மடமுமே அவள் வதனம் முழுக்க ஆக்கிரமித்துக் கிடந்தது.

"போறேன் தங்ககுட்டி, அதுக்கு முன்னால ஒரு கேள்வி கேட்கிறேன், நீ பதில் சொல்லனும்" என்று அடம்பிடித்தான்.

அவன் கேட்கும் முன்பே கண்மணி, "கண்டிப்பா கல்யாணம் சம்பந்தப்பட்ட எந்த கேள்விக்கும் பதில் சொல்ல மாட்டேன்" என்று சிறு குழந்தை போலச் சிணுங்கினாள்.

"ஹா.. ஹா.. இது அது சம்பந்தப்பட்ட கேள்வி கிடையாது, நீ எவ்வளவு நாளா என் கவிதைய படிக்கிற?" என்றான்.

கண்மணி, "மூணு வருஷமா" என்றாள்.

"மூணு வருஷமாவா?" என்று அதிசயித்தவன்,

"அப்ப இந்த ரசிகைக்கு நான் ஏதாவது ஒரு பரிசு தந்தே ஆகணுமே" என்றபடி அவள் முகத்தை நோக்கிக் கொஞ்சம் குனிந்தான்.

அவன் சுவாசம் அவள் கன்னங்களை வந்து முட்டக் கண்மணியின் கால்கள் கதகளி ஆட ஆரம்பித்தது. பயத்தில் உலகத்தை இருள வைக்க விழி மூடும் பூனைக் குட்டியாய் தன் கண்களை மூடிக்கொண்டாள்..

"என் கவிதையில உனக்கு எது பிடிக்கும்னு கேட்டதும் படபடனு சொன்னியே, எனக்கு எது பிடிக்கும்னு கேட்கத் தோணுச்சா உனக்கு?" என்றவனின் ஏக்கம் அவள் அடிமனம் வரை சென்று தீண்டியது.

ம்.. என்று மெல்ல ஒலித்தது அந்தக் குயிலின் குரல்.

"எது என் விருப்பமான கவிதை தெரியுமா?" என்று விடாமல் வம்பளந்தான்.

கண்மணி கண்களைத் திறவாமலேயே, "தெரியாது.." என்று திக்கித் திணறிப் பதிலளித்தாள்.

"நானே சொல்லட்டுமா?" என்றவன் விரல் அவளின் நெற்றி முதல் கன்னம் வரை வருடிச் சென்றது.

கண்மணி வசியத்திற்குக் கட்டுப்பட்டவள் போல, ம்.. என்றாள்.

சமர் அதையே தன் அனுமதியாய் எடுத்துக் கொண்டு கவி சொல்ல ஆரம்பித்தான்.

மாரின ஒளியடி,
மதனமாயே...
மாறி இசைய
உன் மாரோடு மடிந்திடவா?
முகில் தூராய்
காதல் தூரி,
நின் சேவை செய்து
யன் தேவை கொய்திடவா?
மென் தென்றல்
துகளி ஆயே,
நின் மூச்சின ஊடில்

உனில் கலந்து நிறைந்திடவா?
தவியும் மனதில்
சொட்டுத் தேன்
காதல் அன்பை புகட்டிடவா
நின்
நாவடி சுனைநீரில்
மெய் கிழித்தெடுத்தடி
நன் நிணநீர் பிணைத்திடவா
மேவி
எனை ஆண்டு
ஆணையிடடி சகி...

என்று சொல்லிக் கொண்டே அவளின் பட்டுக் கன்னத்தில் தன் முதல் முத்தத்தை வைத்தான் சமர்.

சடுதியில் சுவாசக்கோளாறு வந்து போனதைப் போலப் பெரிதாய் மூச்சை இழுத்து விட்டாள் அவள்.

அது காதலினால் உருவான காற்றழுத்தத் தாழ்வு மண்டலம் என்பதை உணர்ந்த சமர், "என் கண்ணு மணிக்கு என்னாச்சு?" என்றான்.

அவளிடமிருந்து பதில் மொழி வரவில்லை..

"நீ ஏதையோ பார்த்து பயந்துட்ட மாதிரி தெரியுது, எதைப் பார்த்து பயந்த?" என்று அவளின் பெண்மையைச் சீண்டினான்.

தான் தண்ணீரில் மூழ்குவதைப் போன்ற பதற்றத்தோடு இறுக்கமாய் நின்றிருந்தாள் அவள்.. சமர் அவளின் இடையைப் பற்றி இழுத்துச் சென்று கட்டிலில் அமர வைத்தான்.

"இங்கேயே இரு, நான் ரெண்டு நிமிஷத்துல வந்திடுறேன். நான் வர்ற வரைக்கும் கண்ண திறக்கக் கூடாது கண்மணி, திறந்தா மறுபடியும் கிஸ் அடிப்பேன். ஆனா அது கன்னத்துல விழாது, கண்ட இடத்துல விழும்" என்று அச்சுறுத்தி விளையாடினான்.

சாவி தந்த பொம்பை போல அவன் இச்சைக்கு அவளின் மனமும் இசைந்து போனது..

சொன்னதைப் போல இரண்டு நிமிடத்தில் திரும்பி வந்தவன் கையில், இன்று காலையில் கமலம் செய்த இட்டிலி இருந்தது.

"ம், வந்துட்டேன். ஆ சொல்லு" என்றான்.

அந்த உயிருள்ள பொம்மை அவன் உத்தரவிற்கு இணங்கி வாயைத் திறந்து கொண்டது.

"இப்பதைக்கு இந்த இட்லிய சாப்பிடு, அத்தைட்ட மதியம் நமக்கு நல்லதா சமைக்க சொல்லுறேன்" என்று சொல்லிக் கொண்டே, இட்டிலியைப் பிட்டு அவளுக்கு ஊட்டினான்.

இதழின் எல்லைவரை இட்லியே இருக்க, ம்... என்று பதில் சொன்னாள்.

"கண்ண திறந்துக்கலாமேடா" என்றதற்கு, ம்ஹூம் என்றுவிட்டாள்.

இறுதி வாய் வரைக்கும் கண்களை மூடி இருந்த கண்மணி, எதை விழுங்குகிறோம் என்று தெரியாமலேயே அவன் தந்தது அத்தனையையும் மென்று தின்று முடித்தாள்.

சடசடவென சாப்பாடு மொத்தமும் ஊட்டி முடிக்கப்பட, "சமத்துப் பொண்ணு என் கண்மணி, நல்லா ரெஸ்ட் எடு செல்லம். மாமா உன்ன மதியம் வந்து பாக்குறேன். இப்ப கிளம்பட்டுமா?.." என்றதற்கும் அவள் இதழையும் இமையையும் பிரிக்காமல் ம்.. என்றே பதிலளித்தாள்.

"சீ யூடி டார்லிங்" என்றவன் போகும் போது அவளின் வலது கன்னத்தில் ஒரு இச் தந்துவிட, கண்மணி கூச்சத்தால் தன் தேகத்தைக் கூடுமான வரையில் குறுக்கிக் கொண்டாள்.

அவன் காலடிச்சத்தம் வெண்ணிலவாய் தேய்ந்து மறைந்தபின் கண்மணி மெல்லக் கண்ணைத் திறந்தாள். அறை காலியாக இருந்தது..

'இதற்கு மேல் எங்களால் உன் இதயங் கொண்ட பாரத்தைத் தாங்க முடியாது' என்பதைப் போல அவளின் தேகம் துவள, பொத்தென்று மெத்தையில் சாய்ந்து விழுந்தாள்.

உடலெங்கும் புது ரத்தம் பாய்வதைப் போல, ஒவ்வொரு உறுப்பாய் பழையபடி செயல்பட ஆரம்பித்தது..

உடல்மட்டுந்தான் உடனடியாக பழைய நிலைக்குத் திரும்பி விட்டிருந்தது..

மனமோ அடுத்த ஒரு மணி நேரத்திற்கு அரை மயக்க நிலையிலேயே கிடந்திருந்தது.

காலம் ஞாலம் மறந்து கட்டிலில் மல்லாக்கப் படுத்துக் கிடந்தவளை, அவளது அம்மாவின் குரல் சகஜ நிலைக்குக் கொண்டு வந்தது..

கமலம், "அடியே, சமர் தம்பி மதியம் சாப்பாட்டுக்கு வருவேன்னு சொல்லிட்டு போயிருக்காரு.. கதவை வெளிப்பக்கமாக பூட்டிட்டு நான் போய் கறி எடுத்துட்டு வாரேன், நீ உள்ள இருந்துக்குவயா?" என்றார்.

"ஹான்.. என்னம்மா? என்ன சொன்னீங்க?" என்று கேட்டுக்கொண்டே எழுந்து அமர்ந்தவளுக்கு எதிரே இருந்த நிலைக்கண்ணாடியில் அவளின் உருவம் தெரிந்தது.

அவ்வளவு நேரம் இருந்த மோன நிலை தொலைந்து, மீண்டும் இறுக்கமானதொரு தோரணைக்கு அவளின் முகமும் மனமும் பயணித்துக் கொண்டிருந்தது.

கமலம், "அதான்டி, சமர் தம்பிக்கு மதிய சாப்பாடு" எனும் முன்,

"அவனுக்கு சாப்பாடு ஒண்ணுதான் கேடா? ஒண்ணு எவனையும் வீட்டுக்குள்ள விடாத, இல்ல எனக்கு அம்மானு சொல்லாத" என்று வரைமுறையின்றி பேசியவளின் இடது கன்னத்தில் பளாரென்று ஒன்று வைத்தார் கமலம்.

"அம்மா.." என்று அலறியவளை நெஞ்சோடு அணைத்துக் கொண்ட கமலம்,

"இப்படியெல்லாம் இனி பேசக்கூடாது கண்மணி, அம்மா உனக்கு நல்லதுதான்டி செய்யிறேன். நீ வீட்ல இரு, நான் போய் கறி எடுத்துட்டு வாரேன்" என்று எடுத்துரைத்துவிட்டு வெளியேறினார்.

கண்மணிக்கு இடது கன்னம் வலிக்கவில்லை.. வலது கன்னம்தான் இன்னும் வலித்தது..

'மோசக்காரன்.. வரட்டும், ஓட ஓட விரட்டுகிறேன்' எனும் உறுதியோடு உட்கார்ந்திருந்தாள்.

8

‘இதற்கு மேல் சமர் என்னை நெருங்கக் கூடாது, மதியம் அவன் இங்கே வந்தால் இரண்டில் ஒன்று பார்த்து விட வேண்டும். அதுதான் எங்கள் இருவரது எதிர்காலத்திற்கும் நல்லது..’ என்னும் எண்ணத்தோடு, அவனை எதிர்த்து சண்டை போடுவதற்கான வார்த்தைகளைப் பயிற்சி செய்து கொண்டிருந்தாள் கண்மணி.

சொன்னதைப் போலவே சமர் மதியம் கண்மணியின் வீட்டு வாசலில் வந்து நின்று விட்டான். ஆனால் தனியாக வரவில்லை..

பாட்டி, தாத்தா, சிவா, சிவாவின் மனைவி மஞ்சு, சந்துரு என்று ஐவரையும் தன் பக்க பலமாக அழைத்துக் கொண்டு வந்திருந்தான்.

வெளிப்பார்வைக்கு மணமக்கள் இருவரும் அந்த வீட்டிற்கு விருந்துக்குப் போவது போலத் தோற்றம் காட்டிட, ஊர் மக்கள் யாரும் அவர்களைக் கேள்வி கேட்கவில்லை.

இயற்கையாகவே கூச்ச சுபாவம் கொண்ட கண்மணிக்கு இத்தனை பேர் உள்ளே வந்ததும், அதுவரைக்கும் அவள் மனப்பாடம் செய்து வைத்திருந்த வசவுச் சொற்கள் எல்லாம் மறந்துபோனது.

அவள், "வாங்க" என்பதோடு தன் அறைக்குள் சென்று அடைந்து கொள்ள, கமலம்தான் வீடு தேடி வந்தவர்கள் அனைவரையும் வரவேற்று காபி கொடுத்து, சாப்பாடு போட்டு உபசரித்தார்.

விருந்து முடிந்ததும் அதற்குமேல் காலம் கடத்த விரும்பாத பாட்டி கண்மணியை வலுக்கட்டாயமாய் அறைக்குள் இருந்து வெளியே அழைத்து வந்து, "ஏந்தாயி எம் பேரன கட்டிக்க மாட்டேங்குற?" என்று அனைவரின் முன்பும் கேட்டுவிட்டார்.

கண்மணி, "ஏன்னு உங்களுக்குத் தெரியாதா பாட்டி?" என்றவளின் கண்களில் கண்ணீர் குளம் கட்டிவிட்டது.

"ஏன்னு வெளிப்படையா நீ சொன்னாத்தான தாயி எங்களுக்கு புரியும்" என்று பாட்டி கிடுக்குப்பிடி போட, கண்மணி ஆற்றாமையால் அழத் துவங்கிவிட்டாள்.

விருட்டென தன் இருக்கையிலிருந்து எழுந்த சிவா, "தங்கச்சி பாப்பா, இப்ப எதுக்குமா நீ அழுற? கை இல்லனுதான? கை இல்லாம வாழ்றதுக்கு என்ன செய்யனுமோ அதைச் செய்யாம, மூசு மூசுனு அழுதா சரியா போயிடுமா?

இது ஒரு காரணம்னு இப்படி அழுவுறியேம்மா, இத மாதிரி ஐடில வேலை செய்யிற நாங்கள்லாம் எங்க எதிர்காலத்த நினைச்சு அழுதா சென்னையே கண்ணீர் வெள்ளத்துல மூழ்கிடும் தெரியுமா?" என்று அவளின் மனநிலை தெரியாது கேலி பேசினான்.

பாட்டி, "கூறு கெட்டவனே, புள்ள ஏன் அழுவுதுனு தெரியாம கூடக்கூட பேசாம சும்மா இருடா" என்று சிவாவை அடக்கி விட்டு கண்மணியிடம்,

"இங்க பாரு கண்ணு, மனுசனா பொறந்த எல்லாருக்கும் இது மாதிரி ஒரு சூழ்நிலை வரத்தான் செய்யும். அதுக்குப் பயந்து அடுத்த கட்டத்துக்குப் போக மாட்டேன்னு அடம்பிடிக்கிறது படிச்ச புள்ளைக்கு அழகா?

ஊனமானவங்க எல்லாரும் வாழப் பிடிக்கலைனு உன்ன மாதிரி ஓடி ஒளிஞ்சா உலகம் என்னாகும்? இல்ல, இப்படியே இன்னும் எத்தனை நாளைக்கி உன்னால ரூமுக்குள்ளயே அடைஞ்சு கிடக்க முடியும்?

ஏதாவது ஒரு சந்தர்ப்பத்துல வெளியே வந்துதானே ஆகனும் கண்ணு? அது ஏன் உன்னோட கல்யாணமா இருக்கக் கூடாதுனுதா நாங்க கேக்குறோம்?

நாங்க எல்லாரும் இந்தத் தம்பிய நாலு நாளா பார்க்கிறோம். குணத்துல அவன் தங்க கம்பினு நம்ம சிவாவே சூடம் கொளுத்தி சத்தியம் பண்றான். எல்லாத்துக்கும் மேல உனக்குப் புடிச்ச மாதிரி கவிதை எல்லாம் எழுதுவானாமே..

உன்ன கண் கலங்காம வச்சு காப்பாத்துவேன், உன் ஆசைப்படி மேல படிக்க வைக்கிறேன், உன் கனவுக்கு கை கொடுப்பேன், எனக்கு பொண்ண மட்டும் கட்டிக் குடுங்கனு எவ்வளவு பெருந்தன்மை கேட்கிறான்.

உன்னோட சேர்த்து உன்ன பெத்தவளையும் பாத்துக்குறேன்னு சொல்லிட்டான். இதுக்கு மேல என்ன வேணும் தாயி? காலம் போன கடைசியில, உனக்கும் உன்ன பெத்தவளுக்கும் இத மாதிரி நம்பிக்கையான ஒரு ஆதரவுக்கரம் வேணும் தாயி" என்றார் பாசமாய்.

சிவாவின் மனைவி மஞ்சு, "கண்மணி, நான் உன் பெஸ்ட் ப்ரெண்டுல? நான் சொன்னா கேட்டுக்குவ தான? சம்மதம்னு ஒரு வார்த்தை சொல்லுடி. நாம நாலுபேரும் சென்னையில ஒரே இடத்துல வீடு பாத்து தங்கலாம்.

நான் எப்பவும் உன் கூடவே இருப்பேன்டி, நமக்குப் பிறகு நம்மளோட பசங்களும் ஒண்ணாவே இருக்கப் போறாங்க. ப்ளீஸ்டி, இதுக்கு மேல அடம் பிடிக்காம சமர் அண்ணாவ கல்யாணம் பண்ண ஒத்துக்க கண்மணி" என்று கெஞ்சினாள்.

'இவர்கள் அனைவரும் ஏற்கனவே பேசி முடித்துவிட்டு இங்கே வந்திருக்கிறார்கள்' என்று புரிந்து கொண்ட கண்மணி எதுவும் பேசாமல் அமைதியாகவே

இருந்தாள்.

கமலம், "எல்லாரும் கேக்குறாங்கள்ல? கிணத்துல போட்ட கல்லு மாதிரி கம்-முனு உட்கார்ந்து இருந்தா என்ன அர்த்தம்? வாயத் தொறந்து பேசுடி" என்றார் சற்றே கோபத்தோடு.

கண்மணி அப்போதும் தன் இதழ்களைப் பிரிக்காமல் இருக்க, சமரே முன் வந்து, "ஏன் எல்லாரும் அவள போட்டு டார்ச்சர் பண்றீங்க? எனக்கு அவள பிடிக்கும், அதவிட அவளுக்கு என்னை பிடிக்கும்னு எனக்கு நல்லாத் தெரியும். ஆனா ஒத்துக்க மாட்டேங்குறா..

இதுக்கு மேல யாரும் கண்மணிய கல்யாணத்துக்காகக் கட்டாயப்படுத்த வேண்-டாம். எனக்கு ரெண்டு நாள் டைம் குடுங்க, அதுக்குள்ள அவகிட்ட நான் சம்மதம் வாங்க பாக்குறேன்" என்றான்.

அனைவரும் குழப்பமான மனதோடு அங்கிருந்து வெளியேறிட, கமலமும் அவர்களை வழியனுப்பும் பொருட்டு வெளியே சென்றார்.

கால்களைக் குறுக்கிக் கொண்டு குருவிக் குஞ்சினைப் போல சோபாவினுள் ஒடுங்கி அமர்ந்திருந்தவளின் எதிரில் மண்டியிட்டான் சமர்.

"சாரி செல்லம், நான் அவங்கள எனக்கு சப்போர்ட் பண்ணுங்கனு சொல்லி கூப்பிடவே இல்ல.. உன் மேல இருக்குற அக்கறையால வாலண்டியரா வந்து பேசிட்டாங்க.

நீ அவங்க சொன்ன எதையும் மனசில வச்சுக்காத, நான் சாயங்காலம் திரும்பி வந்து உன்ன பாக்குறேன். நேரத்துக்குச் சாப்பிடு, நல்லா ரெஸ்ட் எடு" என்று சொல்லிவிட்டு சமரும் புறப்பட்டான்.

அவனும் போன பிறகு உள்ளே வந்த கமலம், "ஏன்டி இப்படி பண்ற? உனக்கு ஏத்த மாதிரி ஒரு நல்ல எதிர்காலம் வாசல்ல வந்து நிக்குது, அத ஏறெடுத்து பாக்காம எட்டி உதைக்கிறியேடி? பெத்த வயிறு பத்திக்கிட்டு எரியுது கண்மணி..

இன்னும் எத்தன காலம் அம்மாவால உன்ன பத்திரமா பாத்துக்க முடியும்? எனக்கு ஒண்ணுனா உன் கதி என்னாகும்னு தினமும் தவியா தவிக்கிறேன். என் கவலை உனக்குப் புரியலையாடி?" என்று கண்மணியைப் பிடித்து உலுக்கினார்.

கண்மணி உயிர் வறண்டக் குரலில், "நான் உனக்குப் பாரமா இருக்கேன்னு எனக்கு புரியுதும்மா. ரொம்ப கஷ்டமா இருந்தா சொல்லு, இப்பவே ஆத்துல குளத்துல விழுந்து உன் பாரத்த குறைச்சிடுறேன். அதுக்காக உன் பாரத்த இன்-னொருத்தன் தலையில கட்டாத, அது அநியாயம்" என்றாள்.

"ஐயோ கடவுளே! நான் என்ன சொல்லுறேன், நீ என்ன புரிஞ்சுக்குற?"

"நான் உன் மனச சரியாத்தான் புரிஞ்சுகிட்டேன், ஆனா நீதான்மா என் மனசு புரிஞ்சாலும் புரியாத மாதிரியே நடிக்கிற" என்று குற்றம் சாட்டுவதைப் போலப் பார்த்தாள்.

"இல்லடா கண்மணி, அம்மா என்ன சொல்ல வாரேன்னா" என்று பேச ஆரம்பிக்கும் முன்பே,

"இதுக்கு மேல நீ எதுவும் பேச வேண்டாம்மா, நான் பெட் ரூமுக்கு போறேன். என்ன கொஞ்ச நேரம் தனியா விடு" என்றவள், கண்ணீர் தவழும் கண்களோடு தன் அறைக்குள் சென்று அடைந்து கொண்டாள்.

அழுது அழுது கமலத்திற்குத் தலை வலி வந்ததுதான் மிச்சம். அவர் எவ்வளவு தூரம் எடுத்துச் சொல்ல முற்பட்டாலும், கண்மணி அவருக்குப் பதிலாக ஒரு வார்த்தை கூட வாய் திறந்து பேசவே இல்லை..

அந்திமாலை நேரம் சமர் வந்ததும், "நான் காய்கறி வாங்க பக்கத்து கடை வரைக்கும் போயிட்டு வர்றேன். அவ உள்ளதான் இருக்கா, நீங்க போய் பேசிட்டு இருங்க. உங்களுக்கு வேற ஏதாவது தேவைனா என் செல்போன் நம்பருக்கு ஒரு கால் குடுங்க, உடனே வீட்டுக்கு வந்துடறேன் தம்பி" என்று சொல்லிவிட்டு வெளியேறினார்.

தனக்கும் அவளுக்கும் தனிமை உருவாக்க வேண்டியே அவர் வெளியே செல்வது புரிந்த சமர், "சரிங்க அத்தை, நான் கண்மணிய பாத்துக்குறேன். நீங்க கவலைப் படாம போய்ட்டு வாங்க" என்று அனுப்பி வைத்தான்.

தொலைக்காட்சியில் மெல்லிசை பாடல்கள் அதீத ஒலியில் ஒலித்துக் கொண்டிருக்க, சமர் தன் சண்டைக்காரியைத் தேடினான்.

அடுப்பங்கரையில் அவள் இல்லை என்றதும் படுக்கை அறை பக்கம், "கண்மணி.." என்று குரல் கொடுத்தான்.

வீட்டின் பின் வாசலில் இருந்து, "நான் இங்க இருக்கேன்" என்று அவள் அழைத்தாள்.

"இதோ வர்றேன்" என்ற சமர், ஆளின்றி அனாதையாய் பாட்டுப் பாடிக்கொண்டிருந்த தொலைக்காட்சியின் ஸ்விச்சை ஆஃப் செய்தான்.

கண்மணி, "அத ஏன் ஆஃப் பண்ணீங்க? அடுத்தவங்க வீட்டுப் பொருள அனுமதி இல்லாம தொடுறது உங்களுக்கு வேணும்னா விளையாட்டா இருக்கலாம், மத்தவங்களுக்கு அப்படி இருக்காது" என்று தேர்ந்தெடுத்த வார்த்தைகளைக் கொண்டு அவனைத் தேள் போலக் கொட்டினாள்.

"இல்ல, சும்மா ஓடுதே, கரெண்ட் வேஸ்ட்னு நினைச்சுத்தான் ஆஃப் பண்ணினேன். இதுக்கு இப்படி ஒரு மீனிங் உன் வாய்ல இருந்து வரும்னு நான் சத்தியமா எதிர்பாக்கல" என்றான்.

"இது வெறும் ஒப்பனிங்தான், இன்னும் நிறைய இருக்கு. என்ன இருந்தாலும் சமுதாயத்துல கொஞ்சம் பேரோட இருக்குற மனுஷனாச்சே, நம்ம பேசுறது வெளியில கேட்டா உங்க மானம் போயிடுமேனு தோணுச்சு.

அதனாலதான் அம்மாவ டிவி போட்டு வைக்க சொன்னேன், திரும்பவும் ஆன் பண்ணி நிறைய சவுண்ட் வச்சுட்டு இங்க வாங்க. ஒருவேளை உங்களுக்குப் பயமா இருந்தா, இப்பவே தப்பிச்சு போயிடுங்க" என்றாள்.

அவளின் இந்த முன்னெச்சரிக்கை ஏற்பாடுகள் அவனுக்குள் ஒருவித பதற்றத்தை உருவாக்கிட, 'உடம்ப இரும்பாக்கிக்கடா சமரு' என்று தனக்குத் தானே சொல்லிக் கொண்டே அவளிடம் சென்றான்.

"உங்களுக்காகத்தான் ரொம்ப நேரமா காத்துகிட்டு இருக்கேன். வாங்க, வந்து உக்காருங்க. நிறைய பேசனும்" என்று வார்த்தைகளாலேயே அவனை அச்சுறுத்தினாள்.

அவர்கள் வீட்டின் பின்பகுதி விலாசமாகக் காணப்பட்டது..

பரந்து விரிந்திருந்த அப்பகுதியில் வாழை, தென்னை, மா உள்ளிட்ட மரங்களும், ஒரு சில காய்கறிச் செடிகளும், சிற்சில பூச்செடிகளும் தங்களின் ஆதிக்கத்தை நிலைநாட்டிடும் படி அசைந்தாடியது.

அவற்றை உட்கார்ந்த இடத்திலிருந்தே ரசிக்கும் படியாக இரும்பு இருக்கைகளும், ஒரு டீ டேபிளும் போட்டு வைத்திருந்தனர். அதில் ஒன்றில் சமர் தன் உடலைத் திணித்துக் கொண்டான்..

கண்மணியோ கட்டழகு ரூபம் கொண்ட அந்தக் காளையின் புறம் திரும்பாமல், காற்றில் ஆடும் ஓர் அறிவு உயிரினங்களின் மீதே தன் பார்வையைப் பதித்து இருந்தாள்.

சமர், "இந்த இடம் ரொம்ப அழகா இருக்கு, யாரோட வேலை இது?" என்றான்.

கண்மணியின் தொண்டைக் குழியில் துக்கம் அடைத்தது.

அதையும் மீறி தன் குரலை வெளியே இழுத்து, "என் அப்பாவோட பெரும்பாலான நேரம் இங்கதான் கழியும், எப்பபாரு மண்ணுல ஏதாவது ஒரு வேலைய செஞ்சுட்டே இருப்பாரு.

அவரோட பாதுகாப்புல இருந்த வரைக்கும் இந்தச் செடிகள் எல்லாம் ரொம்ப சந்தோஷமா வளர்ந்தது, ஆனா இப்ப பழைய பொலிவோட இது இல்ல. பச்சையாத்தான் இருக்கு, ஆனா பட்டுப்போன மாதிரி சுருங்கி கிடக்கு" என்றாள்.

சமர் சுற்றி வளைக்காமல், "அப்பானா உனக்கு ரொம்ப இஷ்டமா கண்மணி?" என்றான்.

"ஆமா.. அவருதான் என் வரமும், சாபமும். என் கண்ணு முன்னாலயே லாரிக்கு கீழ நசுங்கினாரு, அரைகுறை உசுராவாவது அவரைக் காப்பாத்தனுமேனு நான் முயற்சி செஞ்சதுல என் கையும் சேர்ந்து நசுங்கிப் போச்சு.

என்ன நடந்ததுனு யோசிக்கிறதுக்குள்ள என் வாழ்க்கையே தலைகீழாக மாறிடுச்சு. ஏன் இப்படி எல்லாம் நடந்ததுனு நான் வருத்தப்படாத நாளே இல்ல.

எப்படியாவது திரும்ப என் பழைய வாழ்க்கைக்குப் போக முடியாதானு நான் ரொம்ப ஏங்குறேன். என் அப்பாவோட அரவணைப்ப ரொம்ப மிஸ் பண்றேன்.."

"சாரி.."

"உங்க சாரி எனக்கு வேணாம், எனக்கு தேவையெல்லாம் நிம்மதி மட்டுந்தான். உண்மையிலேயே உங்களுக்கு என் மேல கொஞ்சம் கருணை இருந்தா, தயவு-செய்து என்ன நிம்மதியா வாழ விடுங்க" என்றாள் கண்ணீர் மல்க.

"எனக்கு புரியல, என்னால எந்த விதத்தில உன் நிம்மதி பறிபோகும்னு நினைக்கிற?"

"எந்த விதத்தில நீங்க நான் உங்களுக்கு சரியான துணையா இருப்பேன்னு நினைச்சீங்க?"

"ஹா.. ஹா.. வீட்ட பாத்துக்குறது, சமையல் பண்றது, குழந்தைய வளக்குற-துதான் சரியான துணைக்கு அழகுனு சொல்ல வர்றியா கண்மணி? கணவனோட கனவை அடைய உதவி செய்யிறது துணையோட வேலையில வராதா?" என்று புருவம் உயர்த்திக் கேட்பவனை நேருக்கு நேர் சந்திக்க முடியாமல், தடுமாறித்தான் போனாள் கண்மணி.

"நான் நல்லா இருக்கும் போது நீங்க இந்தக் கேள்விய கேட்டிருந்தா, நிச்சயமா உங்க கனவுக்கு கை கொடுத்திருப்பேன். ஆனா இப்ப, எனக்கே ஒரு உதவிக்கரம் தேவைப்படுது. என்னால உங்களுக்கு என்ன உதவி செய்ய முடியும்?"

"நம்ம ரெண்டு பேருக்கும் பாலமா கவிதை இருக்கே? நீ ஏன் எனக்கு பக்க பலமா வரக்கூடாது?"

"இந்த நினைப்பு எவ்வளவு நாள் இருக்குங்கிறதுதான் என் பயம். நீங்க ரொம்ப அழகா இருக்கீங்க, நல்ல வேலையில இருக்கீங்க, உங்க குடும்பத்துக்கும் உங்க கனவுக்கும் வலு கொடுக்குற பொண்ணத்தான் நீங்க கரம் பிடிக்கனும்.

என்ன கல்யாணம் பண்ணினா எதிர்காலத்துல உங்களுக்கு உங்க வாழ்க்கையே பிடிக்காம போயிடும். உங்களோட தியாக உள்ளத்தை காட்டுறதுக்கு நான் ஒண்-ணும் தெருவுல நிக்கல. எனக்காக என் அப்பா அம்மா ஓரளவுக்குச் சொத்தையும் சொந்தத்தையும் சேர்த்து வச்சிருக்காங்க.

தயவு செஞ்சு இனி என்ன பாக்குறதுக்கு இங்க வராதீங்க. உங்களால என் அம்மா வேற ஏதேதோ கற்பனை பண்ண ஆரம்பிச்சுட்டாங்க. இத வளர விடக்-கூடாது, எங்கள எங்களோட போக்குலயே விட்டுட்டு நீங்க உங்க பாதையைப் பார்த்து கிளம்புங்க" என்று கெஞ்சினாள் கண்மணி.

"இல்ல, நான் என்ன சொல்ல வர்றேன்னு ஒரு தடவ.." என்று சமர் ஆரம்-பிக்கும் முன்பே,

கண்மணி, "நீங்க என்ன சமாதானம் சொன்னாலும் என்னால ஏத்துக்க முடி-யாது. நான் இப்பவும் எப்பவும் உங்க ரசிகையா இருக்கவே விரும்புறேன், முடிஞ்ச

அளவுக்கு சீக்கிரம் இந்த ஊரை விட்டுக் கிளம்பிப் போயிடுங்க.

லேடிஸ் மட்டும் இருக்குற வீட்டுக்கு இப்படி அடிக்கடி வந்து போனீங்கனா, எங்களுக்குனு இருக்கிற கொஞ்சநஞ்ச மானமும் காத்துல போயிடும்" என்று முகத்தில் அடித்தாற்போல் சொல்லிவிட்டாள்.

இயல்பிலேயே முன் கோபியான சமருக்கு, கண்மணியின் அளவுக்கதிகமான வார்த்தையாடல்கள் கோபத்தை வரவழைத்து இருந்தது.

"இது என் வீடு, நீ என் பொண்டாட்டி. நான் உரிமையா உள்ள வருவேன், நடுவீட்டுல உக்காந்து நியாயம் பேசுவேன். என்ன தடுக்க எவனாலயும் முடியாது.."

"ஏன் முடியாது? எந்த சம்பந்தமும் இல்லாம எவனோ ஒருத்தன் வீட்டுக்குள்ள வந்து நாட்டாமை செஞ்சா, வேடிக்க பாக்குறவங்க கொஞ்சுவாங்கன்ற நினைப்பா?

இது உங்க சென்னை கிடையாது, எங்க தேனி.. திரும்புற பக்கமெல்லாம் அங்காளி பங்காளி வகையறா வீடுதான். ஒரு சின்ன சத்தம் கேட்டாலும் உடனே கதவை உடைச்சுக்கிட்டு உள்ளே வந்து நிப்பாங்க.

ஒழுங்கு மரியாதையா நீங்களே வெளிய போயிடுங்க" என்று சொல்லிக் கொண்டு இருக்கையில், சமர் அவளைத் தூக்கி தன் மடியில் அமரவைத்து விட்டான்.

அதிர்ந்து போன கண்மணி அனலிடையிட்ட புழுவெனத் துடிக்க, அவளைக் கட்டுப்படுத்த அவனிரு கைகளே போதுமானதாய் இருந்தது.

'அடுத்து என்ன செய்யப் போகின்றான்?' என்று அவள் உணரும் முன்பே, சமர் அவளின் இதழ்களைத் தன் இதழ்களால் சிறை பிடித்துக் கொண்டான்.

ஆரம்பத்தில் விலகிடத் துடித்தவள், அவன் இதழ் தந்த இன்ப மோகனத்தால் அணு அணுவாய் கரைந்து இறுதியில் முழுதாய் இளகிப்போனாள்.

முத்தத்தில் மூழ்கிக் குளித்தவன் இனி எடுக்க அவளின் இதழில் எதுவும் மிச்சமில்லை என்றான பிறகே அவளை விடுவித்தான். விருட்டென எழுந்து ஓட முயன்றவளின் கால்களும் அவளைச் சோதிக்க நினைத்துச் சதி செய்திட, தன் அருகிலிருந்த சுவற்றில் அட்டை போல ஒட்டிக் கொண்டாள்.

மலையைப் புரட்டியது போன்ற அயர்சி அவள் உடல் எங்கிலும் ஆக்கிரமித்திருந்தது. அண்ட சராசரமும் அவளைத் தூக்கிப் பந்தாடியதைப் போல மூச்சு வாங்கியது..

சுயநினைவு அடைந்த பிறகும், தான் இருக்கும் நிலையை கிரகிக்கவே அவளுக்கு முழுதாய் மூன்று நிமிடங்கள் ஆனது.

சமர், 'ஒருவேளை மயங்கிச் சரிந்து விட்டால், அவளைத் தாங்கிப் பிடிக்க வேண்டுமே..' என்ற எண்ணத்தோடு அவள் அருகே வந்து நின்று கொண்டான்.

ஓரளவுக்குத் தெளிவு வந்ததும், "ஏன்டா இப்படி செஞ்ச?" என்று காலால் அவன் காலை எட்டி உதைத்தாள்.

சமர், "டா வா?"

"ஆமாடா, ஏன் எனக்கு முத்தம் தந்த?"

"ஏன்டி தரும்போதெல்லாம் நல்ல புள்ளையா வாங்கிட்டு, தந்தவனையே திட்-டுற? எந்த ஊர் நியாயம்டி இது?" என்று எகத்தாளமாய் சிரித்தான்.

"எங்க ஊர்ல நாங்க வச்சதுதான்டா நியாயம், முதல்ல நீ எங்க வீட்ட விட்டு வெளிய போ.."

சமர், "என்னவோ, என் வீட்டச் சுத்தி அங்காளி பங்காளி பெருச்சாளியெல்-லாம் இருக்கு, சின்ன சத்தம் கேட்டாலும் ஓடி வரும்னு சொன்ன, யாரையும் எனக்கு காட்டவே இல்லையே. எதுக்கும் சத்தம் போட்டு கூப்பிடு, எவனாவது வர்றானான்னு பாக்குறேன்" என்றான்.

அவள் குரல் கொடுக்கவில்லை..

சமர், "கூப்பிடுடி.. நீ கூப்பிடலையா?.. சரி, நானே கூப்பிடுறேன். ஏ எல்லாரும் நல்லாக் கேளுங்க, நான் உங்க சொந்தக்காரப் பொண்ணு கண்மணிக்கு லிப் டூ லிப்" என்று சொல்லி முடிக்கும் முன்பே கண்மணி அவனது நெஞ்சில் முட்டி கீழே தள்ளிவிட்டாள்.

அதில் ஒரு பிரச்சனை என்னவென்றால் அவளும் அவனோடு சேர்ந்து விழுந்து விட்டாள்.

சமர் காரியவாதி, தன் உடல் தரையில் விழும் முன் தன்னோடு சரிந்த அவளைத் தன் நெஞ்சுக் கூட்டில் சேர்த்தணைத்துக் கொண்டான். ஆதலால் அவளுக்குப் பெரிதாய் எந்த காயமும் இல்லை..

விழுந்தவள் எழுந்திட முனைய, 'விடுவேனா பாரடி?' என்பதைப் போல அவளை அணைத்துப் பிடித்துக் கொண்டு விளையாடினான்.

"என்ன விடுங்க.. என்ன விடுங்க.." என்று பரிதவித்தாள் பாவை.

"அப்ப உன் சொந்தக்காரங்கள கூப்பிடு" என்று விதண்டாவாதம் செய்தான் சமர்.

அவளால் கத்தவும் முடியவில்லை, அவன் கைச்சிறையில் இருந்து தப்பிக்கவும் முடியவில்லை. ஆற்றாமையால் கண்மணியின் கண்களில் நீர் கோர்த்து விட்டது..

அதைக் கண்டதும் சமர் சமரச உடன்படிக்கைக்கு இறங்கி வந்தான். அவன் சமாதானம், தன் சாயலில் உருவான கவிதையாய் இருந்தது..

நிலவின் நிலைப்பு,
கடலின் அமைதி,
இயற்கையின் ஈர்ப்பு,
அழகறிந்து ஆசை கொள்வதல்ல..
அஃதகத்து பொறுமை,
அமைதி சூழ் ஆழம்,

உணர்வித்திட்ட உயிர்ப்பு,
ஒவ்வொன்றும் உள்ளதடி சகி..
அழகோடு
ஒவ்வொன்றும் ஒருங்கே
உள்ளதடி சகி...

அழுது ஓய்ந்திருந்தவளைத் தூக்கி சேரில் அமர்த்தியவன், "சரி அழாத, நான்-தான செஞ்சேன்? விடு.." என்றான்.

"எதுவும் பேசாதீங்க, இதுக்கு மேல என்னால எதையும் தாங்கிக்க முடியாது. ஏன் என்ன அணு அணுவா சித்திரவதை செஞ்சு பாக்குறீங்க? தயவு செஞ்சு என்ன விட்டுப் போயிடுங்க.." என்று குலுங்கிக் குலுங்கி அழுதாள்.

"எங்கிட்ட உனக்கு இவ்வளவு வரட்டுப் பிடிவாதம் தேவையில்ல கண்மணி. இப்ப இங்கிருந்து கிளம்புறேன், ஆனா உன்ன விட்டுட்டு போயிடுவேன்னு மட்டும் நினைக்காத. சீக்கிரமே திரும்ப வருவேன்" என்று கூறிவிட்டுச் செல்பவனை, கைகள் மட்டும் இருந்தால் கோபம் தீரும் வரையில் அடித்து நொறுக்கி இருப்பாள் கண்மணி.

வீட்டை விட்டு வெளியே வந்த சமர் பாட்டிக்கு போன் போட்டு ஏதேதோ பேசிவிட்டு, கமலத்திற்கும் போன் போட்டு மும்மரமாய் பேசினான்.

அன்று இரவு கமலம் விரைவிலேயே இரவு உணவுக்கான வேலைகள் அனைத்தையும் முடித்து, கண்மணியையும் சாப்பிட வைத்து உறங்க அழைத்துச் சென்றுவிட்டார்.

ஏன் என்று அவளுக்குப் புரியவில்லை, ஆனாலும் அம்மாவின் முக வாட்டத்-தைப் பார்த்து எந்த கேள்வியும் கேட்காமல் அமைதியாக இருந்து கொண்டாள்.

‘ஒரு வேள அவரு நான் சொன்னத ஏத்துகிட்டு ஊரவிட்டு போயிட்டாரா? அதனாலதான் அம்மா உம்முனு சுத்துறாங்களோ? போகமாட்டேன்னு சொன்னாரே! லீவு முடிஞ்சிருக்குமோ? அடுத்தவாரம் சனி ஞாயிறு போல வருவாரோ!

அப்படித்தான் இருக்கும், அதனாலதான் சீக்கிரம் திரும்பி வருவேன்னு அவ்-வளவு அழுத்தமா சொல்லி இருக்காரு. அதுவரைக்கும் ரோமியோ மாதிரி பேஸ் புக் டுவிட்டர் முழுக்க காதல் கவிதையா போடுவாரு.

நான் படிப்பேன்னு நினைப்பாரு, ஆனா நான் படிக்க மாட்டேன். அவ்வளவு ஏன், அவரைப் பத்தி நினைக்கக் கூட மாட்டேன்’ என்று இரவு முழுக்க தன்னை அறியாமல் அவனையே நினைத்துக் கொண்டிருந்தாள் கண்மணி.

9

அடுத்த நாள்அதிகாலை நான்கு மணிக்கே கண்மணியை எழுப்பி விட்டார் கமலம்.

இரவெல்லாம், 'அவன் அடுத்து என்ன செய்யப் போகிறான்?' என்று சமரைப் பற்றியே நினைத்துக் கொண்டு இருந்ததால், நெடுநேரம் கழித்துத்தான் உறங்கியிருந்தாள் கண்மணி.

அம்மா தன்னை எழுப்பி அமர வைத்தது கூடத் தெரியாமல் அரைத் தூக்கத்தில் ஆடிக் கொண்டே இருந்தவளை, "அடியே, ஒரு நிலையில உக்கார்றயா இல்லையா? கையில சுடு காபி வச்சிருக்கேன், உன் மேல கொட்டி கிட்டித் தொலச்சுடப் போறேன் " என்று உருட்டி மிரட்டினார் கமலம்.

தாமரை இதழ்கள் போலச் சிவந்திருந்த தன் கண்களை முயன்று பிரித்தவள், நள்ளிரவில் காபி கப்போடு அம்மா இருப்பதைப் பார்த்ததும், "ஏம்மா இந்நேரத்துல காபி தர்ற? என் டார்ச்சர் தாங்க முடியாம எதையாவது கலந்து கொண்டு வந்துட்டியா?" என்று மிரண்டு போய் கேட்டாள்.

"ம்க்கூம்... நேத்து ஆறு குளம்னு பெரிய இவ மாதிரி பேசின? இப்ப உன் உசுரு உனக்கு அம்புட்டு கருப்பட்டியா தெரியுதாக்கும்? இது வெறும் காபிதான், கம்முனு குடி" என்றார்.

'என் கேள்விக்கு இது பதில் இல்லையே..' எனும் குழப்பத்தோடே காபி டம்ளரைக் காலி செய்தாள் கண்மணி..

கமலம், "ம், சீக்கிரமா குளிக்க வா கண்மணி, நேரம் போய்கிட்டே இருக்கு" என்று சொல்லிக் கொண்டே அவளுக்கு அணிந்து கொள்ள ஒரு நல்ல சுடிதாரை எடுத்து தயாராக பாத்ரூமில் வைத்தார்.

குளியலறைக்குள் நுழைந்தவள் அம்மாவுக்கு தன் ஆடைகளைக் கழற்ற தோதாகக் குனிந்த படியே, "ஏம்மா? நம்ம ரெண்டு பேரும் எங்கேயாவது போகப் போறோமா?" என்று பாவமாய் கேட்டாள்.

கமலம் கொஞ்சம் கோபமாய், "நீ ரெடியானதும் நானே சொல்லுவேன், அதுவரைக்கும் நொய்யி நொய்யினு கேள்வி கேட்காம அமைதியா இரு" என்றார்.

"இல்லமா, நீ பண்றதெல்லாம் பாத்தா என்ன கூட்டிட்டுப் போய் கட்டாயக் கல்யாணம் பண்ற தோரணையில இருக்கு, அதான் கேட்டேன்.." என்று வாய் தவறி உளறிவிட்டாள்.

"அதுக்கெல்லாம் ஒரு கொடுப்பனை வேணும், நீ தான் வாசல்ல வந்து நின்னவன வெளக்கமாத்தால அடிக்காத குறையா விரட்டிட்டியே... இனி அந்தப்புள்ள நீ இருக்கிற திசை பக்கம் தலை வச்சு படுக்குமா?" என்றிட, கண்மணியின் வதனம் சருகாய் சுருண்டு விட்டது.

'அப்படியானால் அவர் என்னைவிட்டுப் போய்விட்டாரா?' என்று அவளையும் அறியாமலேயே ஒரு ஏக்கம் அவளுக்குள் உருவாகியது.

அதற்கு மேல் எதையும் கேட்கத் தோன்றாமல் ஊமையாய் தனக்குள் குமைந்தாள் கண்மணி..

'நீ எப்படிப்பட்ட முக பாவனைகளைக் காட்டினாலும் நான் உண்மையைச் சொல்லப்போவது இல்லை!..' என்பது போலக் கமலம் துரிதமாகச் செயல்பட்டார்.

நேரம் ஐந்தினை நெருங்கியதும் வெளியே கார் ஹாரன் அடிக்கும் சப்தம் கேட்டது. விரைந்து சென்ற கமலம் திரும்பி வருகையில் அவரோடு பாட்டி தாத்தாவும், சிவா தம்பதியினரும் வந்திருந்தனர்.

சிவா, "குட் மார்னிங் தங்கச்சி, ஹேவ் எ நைஸ் டே" என்று கைகுலுக்க வருவது போலக் கைநீட்டிட, அவனைப் பார்வையாலேயே எரிப்பது போல் பார்த்தாள் கண்மணி.

மஞ்சு, "ஏங்க இப்படி பண்றீங்க, சும்மாவே இருக்க முடியாதா உங்களால? வாலை சுருட்டிகிட்டு போய் வெளியில உட்காருங்க" என்று சிவாவை அங்கிருந்து வெளியேற்றினாள்.

கமலமோ பாட்டியிடம் ஒரு பெரிய சூட்கேஸைக் கொடுத்து, "அவளுக்கு தேவையானது எல்லாமே இதுல இருக்கு அப்பத்தா, பாத்து பத்திரமா போயிட்டு வாங்க. எப்ப எதுனாலும் உடனே எனக்கு போன் போட்டு சொல்லுங்க" என்றார்.

அவரின் பதற்றமும் ஆசையும் புரிந்த பாட்டி, "நீ ஒண்ணும் கவலைப்படாத கமலா, கண்மணி என் பேத்தி. அவள என் கண்ணுக்குள்ள வச்சு பாத்துக்குறேன். ஓய்வா உக்காரும் போதெல்லாம் உனக்குப் போன் போடுறேன், புள்ளைகள பேசச் சொல்லுறேன், நீ எதையும் நினைக்காம நிம்மதியா இரு" என்றார்.

மஞ்சு, "கண்மணி, அம்மாட்ட சொல்லிட்டு வாடி" என்றிட, அவளோ உச்சக்கட்ட கோபத்தால் வாய் திறந்து ஒரு வார்த்தை கூடப் பேசவில்லை.

கமலத்தின் முகம் வாடிட, "இளரத்தம், அப்படித்தான் இருக்கும், விட்டுப் பிடிப்போம்" என்று சமாதானம் சொன்னார் பாட்டி.

மஞ்சு கண்மணியின் தோளைப் பிடித்து அழைத்துச் செல்ல, ஒரு நடைப்பிணம் போல அவளுடன் சென்றாள். இன்னோவா வகையறாவின் வெள்ளை நிறக் கார்

அவர்களுக்காக வாசலில் காத்துக் கொண்டு நின்றது.

காரின் முன் இருக்கையில் சமரும் சந்துருவும் அமர்ந்திருக்க, பின் இருக்கை-யில் பாட்டியும் தாத்தாவும் ஏறிக் கொண்டனர்.

சிவா, "என்னையும் என் பொண்டாட்டியையும் பிரிக்காம விட்டீங்களே அது-வரைக்கும் புண்ணியம்" என்று சொல்லிவிட்டு விலாசமாக இருந்த நடு இருக்கை-யின் இடது ஜன்னல் பக்கம் ஏற, அவனை ஒட்டினார் போல் மஞ்சு அமர்ந்து கொண்டாள்.

அவளையடுத்து வலது ஜன்னல் பக்கம் கண்மணி ஏறிக் கொண்டாள். கமலம் தன் மகள் உள்ளே ஏறும் வரை காத்திருந்து, அவளின் ஆடைகள் கதவிடுக்கில் சிக்காதபடி நகர்த்தி வைத்து கதவைச் சாற்றினார்.

அப்போதும் கண்மணி தன் அம்மாவின் முகத்தைப் பார்க்காமல் தலைகுனிந்-தபடி அமர்ந்திருக்க, "கோச்சுக்காத கண்மணி, ரெண்டு நாள்தான்" என்று கெஞ்-சினார் கமலம்.

பாட்டி, "விடு கமலா, புள்ளைய நாங்க பாத்துக்குறோம். நீ நான் சொன்னபடி காலையிலயும் சாயங்காலமும் சாமிக்கு வீட்ல விளக்கு ஏத்திடு. மத்ததெல்லாம் தானா கைகூடி வரும்" என்றார்.

கமலம், "சரிங்க அப்பத்தா" என்று நெகிழ்ச்சியாய் கை கூப்பிட,

சந்துரு, "அம்மா, அப்படியே எனக்கும் சேர்த்து வேண்டிக்கோங்கம்மா. இந்த கார்ல முன்னாள் ஜோடி, இன்றைய ஜோடி, நாளைய ஜோடினு எல்லாம் ஜோடிப்-புறாவா இருக்கு. நான் மட்டும் முரட்டு சிங்கிளா இருக்கேன்.." எனறான்.

சிவா, "டிரைவர் தம்பி, பேச்ச குறைச்சிட்டு கார எடுப்பா, காலாகாலத்துல நான் ஹனிமூன் கொண்டாடனும்" என்றதும், மொத்த கூட்டமும் கொல்லெனச் சிரித்தது.

பாட்டி சந்துருவிடம், "நீ கவலைப்படாத ராசா, கொடைக்கானல்லயே உனக்கு ஏத்த புள்ளையா பாத்து நா முடிச்சு வைக்கிறேன். சென்னைக்கு மூணு பேரும் புது பொண்டாட்டி கூட கிளம்புங்க.." என்றார்.

சந்துரு, "தேங்க்ஸ் பாட்டி, நீங்களாவது எனக்காக ஃபீல் பண்றீங்களே.."

சிவா, "அடேய், எங்க பாட்டி செம ஐடியா பண்ணி மலைவாசி கூட்டத்துக்கு உன்ன பலி கொடுக்க கூட்டிட்டு போறாங்க. இது தெரியாம அவங்களுக்கே தேங்க்ஸ் சொல்றியேடா" என்றான்.

சந்துரு, "எது பலி கொடுக்கவா?" என்று தன் தலையை தொண்ணூறு டிகி-ரிக்குப் பின்னால் திருப்பினான்.

பாட்டி, "பயப்படாத ராசா, நீ தூங்கும் போது தலைய வெட்ட சொல்லிருக்-கேன். உனக்கு ஒத்த பொட்டு கூட வலி தெரியாது" என்றிட,

சந்துரு, "பாட்டி.." என்று அடிவயிற்றிலிருந்து அலறிக் கொண்டே காரிலிருந்து கீழே இறங்கி விட்டான்.

அவன் செய்கையைப் பார்த்து அத்தனை பேரும் விழுந்து விழுந்து சிரிக்க, கண்மணியின் இதழிலும் சிறு புன்னகைக் கீற்று வேர்விட்டது.

அதைக் கண்ட கமலத்தின் கண்களில் சந்தோஷச் சாரல் ஊற்றெடுக்க ஆரம்பித்தது. அதையடுத்து அனைவரும் கமலத்திற்கு டாட்டா காட்டி விட்டுப் புறப்படத் தயாராகினர்.

கார் ஊர்ந்து செல்லத் துவங்கிட, தன் மகளைத் திருமணம் செய்து அனுப்பி வைக்கும் மனநிலையோடு வாசலில் நின்று பார்த்துக் கொண்டிருந்தார் கமலம்.

கிட்டத்தட்ட மூன்று மாதங்களாய் வீட்டிற்குள்ளேயே சிறைப் பறவையாய் அடைந்து கிடந்த அந்தப் பெண் புறா, வெகு நாட்கள் கழித்து உலகின் வாசனையை உணரத் துவங்கியது.

விழியால் ஆதவனின் வருகையை அவள் படம் பிடித்துக் கொண்டே வர, சமர் அவளது விழி நயனங்களைக் கண்ணாடியின் வழியே வேடிக்கை பார்த்தபடியே பயணித்தான். அவன் கவிதைக் கிறுக்கல்கள் எதுவும் இல்லாமல் பயணிப்பது இதுவே முதல் முறை.

வேடிக்கை பார்த்துக் கொண்டிருந்த பெண் புறா, எதேச்சையாய் தலையைத் திருப்புகையில் கண்ணாடி வழியே அக்கள்வன் தன்னை கண்காணிப்பதைப் பார்த்துவிட்டது.

அடுத்த கணமே அவளது முகம் கோபம் எனும் முகமூடியைப் போட்டுக் கொண்டது. அவன் அங்கே அமர்ந்ததற்கான காரணமும், அவள் இங்கே அமர வைக்கப்பட்டதற்கான காரணமும் கண்மணிக்கு இப்போது தான் விளங்கியது.

கண்ணாடி வழியே தன் முகத்தையே ஒருவன் இடைவெளி இல்லாமல் வேடிக்கை பார்த்துக் கொண்டே இருந்தால், மருந்துக்கும் அவளிடம் சகஜநிலை இருக்குமா? அவன் விழி வலையினில் சிக்கித்தவித்தது அந்த மாடப்புறா..

என்னதான் அவள் வாய்திறந்து ஒரு வார்த்தைகூட பேசவில்லை என்றாலும், சிறிது நேரத்திலேயே அவளைத் தங்களின் பேச்சுக்களைக் கேட்டு ரசிக்க வைத்துவிட்டது அக்கூட்டம்.

இளைஞர்களின் நையாண்டி பேச்சினாலும், முதியவர்களின் பக்குவப் பேச்சினாலும் பயணத்தின் நினைப்பே அவர்களுக்குத் தெரியவில்லை..

அதிகாலை வேளையிலேயே அவர்கள் புறப்பட்டு விட்டதால், நேரம் எட்டு மணியை நெருங்கும்போது கார் கொடைக்கானலை வந்தடைந்து விட்டது. உச்சி மலையின் ஒரு உயர்தர காட்டேஜை சமர் தங்களுக்காகத் தேர்ந்தெடுத்திருந்தான்.

காரிலிருந்து இறங்கிய சமர், கண்மணி இறங்குவதற்காக கார் கதவினைத் திறந்து வைத்துக்கொண்டு காத்திருந்தான்.

அவள் இறங்குவதா வேண்டாமா என்று யோசித்துக் கொண்டிருக்க, அவளின் அருகில் இருந்த மஞ்சு, "கண்மணி இறங்குப்பா, நீ இறங்கினாத் தான் நாங்க ரெண்டு பேரும் இறங்க முடியும். பின்னாடி சீட்ல இருக்கிற பாட்டி தாத்தாவும் இறங்க முடியும்" என்று கோர்த்து விட்டாள்.

அதற்குமேல் அடம்பிடிக்காமல் அவள் சமர் உதவியோடு கீழே இறங்கினாள். மன்னவனின் விரல்கள் மங்கையின் உடலைத் தொட்டுத் தடவி இறக்கிவிட்டதில், அவள் உடலில் பாயும் அத்தனை நரம்புகளும் மின்சாரம் பாய்ந்தது போல் அதிர்ந்து அடங்கியது.

மஞ்சு, "வாவ்.. எவ்வளவு அழகான காட்டேஜ் இது" என்று கண்மணியோடு இணைந்து நடந்தபடி கேட்டாள்.

அப்போதுதான் கண்மணியின் மனம், அது வரைக்கும் சிக்கியிருந்த மாயச் சுழலில் இருந்து வெளிவந்து, அவள் கண் முன்னால் இருக்கும் வீட்டின் அழகை ரசித்தது.

காட்டேஜ் வீடு, கண்மணியின் நெடுநாள் கனவுகளில் ஒன்று. ஆனால் இது-வரை அவள் யாரிடமும் அதைச் சொல்லிக் காட்டியது இல்லை.

கண்ணாடி பங்களா போல் இருந்த வீட்டினுள் ஏழு பேரும் நுழைந்தனர். அது மூன்று படுக்கை அறைகள் கொண்ட வீடு, கீழே இரண்டு கட்டில்கள் கொண்ட ஒரு படுக்கை அறையும், குறுகிய அடுப்பங்கரையும், ஹாலில் ஒரு பெரிய உணவு மேஜையும் இடம் பிடித்திருந்தது.

மேலே இரண்டு படுக்கை அறைகளும், அவற்றிற்கு பொதுவான ஒரு சிறு ஹாலும், அகன்று விரிந்த ஒரு பால்கனியும் இருந்தது. வீட்டு வேலைகளைச் செய்வதற்காக ஐந்து பேர் அங்கே தயாராகக் காத்திருந்தனர்.

விருந்தினர்கள் வந்ததும் வேலைக்காரர்கள் விழுந்து விழுந்து அவர்களை உபசரித்தனர். மலைப் பிரதேசங்களுக்கே உரியத் தனிப்பட்ட மணத்தோடு தேநீர் குவளைகள் அனைவருக்கும் பரிமாறப்பட்டது.

டீயைக் குடித்து முடித்ததும் தாத்தா போய் கீழிருக்கும் அறையைச் சுற்றிப் பார்த்துவிட்டு வந்தார். அவர் விருப்பத்தின் பெயரில் தாத்தா, பாட்டி, கண்மணி மூவரும் கீழே இருந்த அறையை எடுத்துக் கொண்டனர்.

சிவா தன் புது மனைவியோடு பொழுதைக் கழிக்க வசதியாக மாடியில் இருந்த ஒரு படுக்கை அறையைத் தேர்ந்தெடுத்துக் கொண்டான். எஞ்சியிருந்த மற்றொரு அறையை சந்துருவும், சமரும் எடுத்துக் கொண்டனர்.

அனைவரும் அறையைச் சுற்றிப் பார்த்து முடிப்பதற்குள் அவர்களுக்கான காலை நேரத்து உணவு டைனிங் டேபிளில் தயாராக காத்திருந்தது.

அனைவரும் சாப்பிட அமர்ந்ததும், பணியாட்கள் பார்த்துப் பார்த்துப் பரிமாறி-னார்கள். பாட்டி சிறிதும் சங்கோஜப்படாமல் கண்மணிக்கு ஊட்டி விட்டு, தண்ணீர்

தந்து, வாய் துடைத்து ஒரு குழந்தையைப் போலப் பார்த்துக் கொண்டார்.

சந்துரு, "இப்பவே க்ளைமேட் இப்படி இருக்கு, ராத்திரி எப்படி இருக்குமோ தெரியல. அதனால எல்லாருக்கும் முதல் வேலையா ஸ்வெட்டர் வாங்கனும்டா" என்றான் சிவாவிடம்.

சிவா, "டிரைவர் தம்பி, உனக்கு எது வேணும்னாலும் சமர்கிட்ட கேட்டுக்கப்பா, அவன்தான் இந்த ட்ரிப்க்கு ஸ்பான்சர். எனக்கு கார்ல ட்ராவல் பண்ணி வந்ததுக்கே ரொம்ப டயர்டா இருக்கு, அதனால நான் இன்னிக்கி முழுக்க நல்லா தூங்கி ரெஸ்ட் எடுக்கப் போறேன்" என்றான்.

சந்துரு, "சோழியன் குடுமி சும்மா ஆடாதுனு எனக்கும் தெரியும். நீ வந்த வேலைய கவனி, நாங்க பக்கத்துக்குள்ள ஏதாவது பார்க்குக்கு போறோம், வரும்போது அப்படியே ஸ்வெட்டர் வாங்கிட்டு வந்திடுறோம்."

சிவா, "இது நல்ல புள்ளைக்கி அழகு, எல்லாரும் கடகடன்னு ரெடியாகி ஊரச் சுத்திப் பாக்க கிளம்புங்க, மஞ்சு நீ போய் மாமாக்கு குளிக்க இதமா சுடு தண்ணி போட்டு வைம்மா" என்றான்.

பாட்டி கிண்டலாய், "சிவா, சந்துரு தம்பி சொன்னது உனக்குச் சரியா புரியலைனு நினைக்கிறேன். நீ போய் தூங்கு, நாங்க எல்லாரும் ஊர சுத்தி பார்க்க போறோம்னு சொன்னான்.

அம்மாடி மஞ்சு, நீ சாப்பிட்டு முடிச்சதும் உன் ஹேண்ட் பேக் செல்போன் எல்லாம் எடுத்துகிட்டு வா. நாம ரவுண்ட்ஸ் போலாம்" என்றதும் மொத்த கூட்டமும் சிவாவைப் பார்த்து விழுந்து விழுந்து சிரித்தது.

கண்மணிக்கு சிரித்ததில் பொறை ஏறிவிட, சமர் விருட்டென தன் இடத்திலிருந்து எழுந்து வந்து அவள் தலையில் தட்டி தண்ணீர் தந்தான். கண்களில் கண்ணீர் நிறைந்திருந்ததால் முதலில் யாரென்று தெரியாது இருந்த கண்மணி, சமர் முகத்தைப் பார்த்ததும் தலை கவிழ்ந்து கொண்டாள்.

சமர், "நான் வேணும்னா ஊட்டி விடாவா?" என்றான்.

கண்மணி பதில் சொல்லும் முன்பாக பாட்டி, "ஊட்டு கண்ணு" என்று சொல்லிவிட்டார்.

கண்மணி, "வேணாம் பாட்டி, எனக்கு சாப்பாடு போதும்" என்று எழுந்து விட,

சமர், "அரை தோசையில வயிறு நிறையுதா உனக்கு? ஒழுங்கா உக்காரு, இல்ல அங்காளி பங்காளி வகையறா சம்பவம் செஞ்சு விட்ருவேன்" என்றான்.

அச்சத்தில் அப்படியே சிலை போல அமர்ந்து கொண்டாள் கண்மணி.

சிவா, "என்னடா சொல்ற? அங்காளி பங்காளி சம்பவமா? அப்படினா?" என்று முடிந்ததைத் திரும்ப தூர்வாரிட, கண்மணியின் கன்னங்கள் நிறம் மாற ஆரம்பித்தது.

சந்துரு, "எனக்கென்னமோ அது கோட் வேர்டு மாதிரி தோணுது, நமக்கெதுக்கு சிவா வம்பு?" என்றதும் சமர் முகத்திலும் நாணத்தின் சாரல்கள் வீசத் துவங்கியது.

சிவா, "இந்த பூனையும் பால் குடிக்கும் போல" என்று இளைஞர்களுக்கே உரிய குறும்புத்தனத்தோடு வார்த்தையாடிட,

இடைபுகுந்த தாத்தா, "சாப்பிட்டுட்டு சீக்கிரம் கிளம்புங்க புள்ளைங்களா" என்று விரட்டி வேலைவாங்கினார்.

அவர் குரல் உயர்ந்ததும் மற்றவர்கள் குரல் தன்னிச்சையாக தாழ்ந்துவிட்டது. அடுத்த பதினைந்து நிமிடத்தில், சிவா மஞ்சு தவிர மற்ற அனைவரும் தயாராகி காரில் ஏறி அமர்ந்து விட்டனர்.

தரமான சம்பவங்களுக்காக தயாராய் காத்திருந்தது கொடைக்கானல்..

10

பனிப்புகை சூழ்ந்திருந்த பாதைகளில், இதமான வேகத்தில் பயணித்தது அந்த வாகனம். அவர்கள் தங்கியிருந்த இடத்திற்கு அருகில் தான் கொடைக்கானலின் ஏரியும் இருந்தது.

சிவா மஞ்சுவின் இடத்தை பாட்டியும் தாத்தாவும் எடுத்துக் கொள்ள, மற்ற மூவரும் அதே இடங்களில் அமர்ந்திருந்தனர்..

சமர் வஞ்சனையில்லாமல் தன் வஞ்சிக் கொடியை வசீகரம் செய்யும் முயற்சியில் ஈடுபட்டிருந்தான்.

கார் பாதி தொலைவு கடந்து இருந்த வேளையில் பாட்டி, "ஏம்புள்ளைகளா, இந்த வயசுல நாம பார்க்குக்கு போய் விளையாடவா போறோம்? பேசாம இந்த ஏரிப்பக்கம் போவோம்யா. எவ்வளோ அழகா இருக்கு பாரு" என்றார்.

சமர், "பாதை ரொம்ப சறுக்கலா தெரியுது பாட்டி, இந்த இடத்தில நடக்கிறது கஷ்டம்" என்றான்.

"என்னால கம்பு ஊனி நடக்க முடியும் கண்ணு.."

"இல்ல பாட்டி, ரொம்ப சறுக்கலா தெரியுது. எல்லாராலயும் நடக்க முடியாது, நாம கொஞ்ச தூரம் தள்ளி சமதளமா பார்த்து நிறுத்துவோம்" என்றான்.

அந்த அக்கறை நிறைந்த வார்த்தைகள் தனக்காகவே உதிர்க்கப்பட்டது என்பதை உணர்ந்த கண்மணி, ஓரக்கண்ணால் கண்ணாடியில் தெரிந்த சமர் முகத்தைப் பார்த்தாள். அவனும் அதற்காகவே காத்திருந்ததைப் முகத்தைபோலக் கண்ணாடி வழியே தன் காதல் கணைகளை வீசினான்.

அடுத்த நொடியே விருட்டென்று தன் வேறு திசைக்குத் திருப்பிக் கொண்டாள் அந்தக் கைகாரி.

ஓரளவு சமதளமாக இருந்த இடத்தை கண்ட சந்துரு, "இந்த இடம் அழகா இருக்கு, இங்கயே நிறுத்துவோம்" என்று வாகனத்தை நிறுத்தினான்.

இரவெல்லாம் மழை பொழிந்திருந்ததால் காய்ந்து விழுந்திருந்த சருகுகள் சொத சொதவென அவ்விடம் முழுக்க விரவிக் கிடந்தது. அதனையடுத்து மரங்களே இல்லாத புல்வெளியும், ஏரியும் அமையப்பெற்று இருந்தது.

முதலில் இறங்கிய சந்துரு, தாத்தா பாட்டி பக்கம் கதவைத் திறந்து அவர்கள் இறங்கிட உதவி செய்தான்.

இந்தப் பக்கம் சமர் கார் கதவைத் திறந்து வைத்துக் கொண்டு காத்திருக்க, "நீங்க தள்ளிப்போங்க, நானே இறங்கிப்பேன்" என்றாள் அவனின் சண்டைக்காரி.

சமர், "தரை லைட்டா வழுக்குதுடி, சத்தியமா தப்புத் தண்டா பண்ணமாட்-டேன், பிலீவ் மீ பேபி" என்று கண்ணடித்துச் சிரித்தான்.

அவனை நம்பாமல் கண்மணி கீழே எட்டிப் பார்த்தாள். மண் தரை, சற்று சேரும் சகதியுமாகவே தோற்றம் காட்டியது.

'இருந்தாலும் அவனிடம் இறங்கிப்போவதா?' எனும் எண்ணம் தோன்ற, பூவை-யவள் நடுங்கும் தேகத்தோடு தன் பூம்பாதத்தினைப் பூமியின் மேல் பதித்தாள்.

'சொல் பேச்சு கேட்கும் குணம் துளியும் இல்லை இவளுக்கு' என்று உள்ளுக்-குள் புலம்பிய சமர், உரிமையாய் அவள் இடையைப் பற்றினான்.

அரை நொடிக்கு முன் தான் தந்த வாக்குறுதியினை மறந்து, அலுங்காமல் குலுங்காமல் அந்தச் செப்புச் சிலைதனை இரு கரங்கொண்டு வளைத்துப் பிடித்-தான்.

நட்ட நடு ரோட்டில், வாகனங்கள் வந்து போகும் பாதையில், தாலி கட்டி-யதைப் போன்ற உரிமையில் அவன் நடத்தும் லீலைகளைப் பார்த்து பாவையின் இளந்தேகம் கூதக்காற்றினை மறந்து சூடாகியது.

ஏற்கனவே குளிரால் நிறமேறி இருந்த அவளின் மஞ்சள் வண்ணக் கன்னத்-தில், இப்போது வெட்கத்தின் விளைவாய் செவ்வண்ணம் வேர்விட்டுப் பரவியது. பழுத்துக் கனிந்த மாம்பழம் போன்று பகட்டாய் தோற்றம் காட்டிடும் கன்னங்களை மறைக்கும் வழி தெரியாது தவித்தாள் கண்மணி.

கவிஞனாயிற்றே, ஒற்றைப் பார்வையில் அவள் மனம் கொண்ட மாற்றத்தை மொழிபெயர்த்து விட்டான். புரிந்து கொண்டான் என்பதை அவளும் அறிந்து கொண்டாள்..

"புடிக்கல புடிக்கலனு வாய்தான் சொல்லுது, ஆனா உன் மனசு என்ன நினைக்குதுனு அப்பட்டமா வெளிய தெரியுதுடி" என்றபடியே அவளைத் தரையில் பாதுகாப்பாய் இறக்கி விட்டான்.

அவளின் உடல் தரையிறங்கினாலும், அவளின் மனம் விண்ணைத் தாண்டி பறந்திருக்க, சமர் எதையும் எண்ணிக் கவலை கொள்ளாமல் அவளை அணைத்-தபடியே நடந்தான்.

பாட்டியும் தாத்தாவும் அவளைக் கண்டுகொள்ளாமல், தங்களின் கரம் கோர்த்த படி சருகுகளைத் தாண்டி புல் படர்ந்திருந்த பகுதிக்குச் சென்றுவிட்டனர். சந்துரு அவர்களைப் புல் தரைக்கு இறக்கிவிட்ட பிறகு எந்த பக்கம் போனான் என்று எவருக்கும் தெரியவில்லை.

சில அடி நடந்ததிற்கே பாதை அவள் கால்களை இரண்டொரு முறை வழுக்கி விட்டு வேடிக்கை பார்த்திருக்க, இன்னும் போக வேண்டிய தூரம் கண்டு அச்சம் கொண்டாள் கண்மணி.

"எனக்கு அங்க போக வேணாம், நான் கார்லயே இருக்கேன்" என்று குழந்தை போல மிரண்டு விழித்தாள்.

"ஏன்?"

"ரொம்ப வழுக்குது, காருக்கே திரும்பிப் போயிடலாம், ப்ளீஸ்.." என்று கெஞ்சினாள்.

சமர் செல்லம் கொஞ்சுவதைப் போல, "நான் விட மாட்டேன், நல்லா புடிச்சு கூட்டிட்டு போறேன், வா கண்மணி.." என்றான்.

"இது இன்னும் மோசம், நானும் விழுந்து உங்களையும் சேர்த்து விழ வச்சிடுவேனோனு பயமா இருக்கு. எனக்கு இது தேவையில்லாத வேலைனு தோணுது. நான் காருக்கு போறேன், உங்களால முடிஞ்சா கதவைத் திறந்து விடுங்க" என்று பேச்சு வார்த்தையை முடித்து விட்டாள்.

அவனும் வேறு வழியின்று அவளை காருக்குள் அமர வைத்துவிட்டு, காவலாய் வெளியில் நின்று கொண்டிருந்தான்.

சில நிமிடங்களுக்குப் பிறகு என்ன நினைத்தாளோ, "கதவ திறந்து விடுங்க சமர், நாம அங்க போகலாம்" என்றாள்.

முதல் முறையாக தன் பைங்கிளி பேர் சொல்லி அழைத்ததில் பெருமகிழ்வு கொண்ட சமர், புன்னகையோடு கதவைத் திறந்துவிட்டான்.

"என்ன நல்லா புடிச்சுக்குவீங்களா?" என்று தலையாட்டிக் கேட்டாள் அவள்.

"அதுக்குத்தான நான் இருக்குறேன், வா" என்ற சமர், முன்பைப் போலவே அவளின் இடையைப் பற்றிப் பிடித்த வண்ணம் அழைத்துச் சென்றான்.

அவர்களின் வருகை அங்கே காத்திருந்த வயோதிகக் கண்களுக்கு விருந்தாய் அமைய, நான்கு பேரும் பரஸ்பர புன்னகையைப் பரிமாறிக் கொண்டனர்.

பாட்டியும் தாத்தாவும் ஒரு போர்வை விரித்து அமர்ந்துவிட, சமரும் கண்மணியும் ஏரிக் கரையை ஒட்டி மெதுவாய் ஒரு நடை போட்டனர். ஆனால் எதுவும் பேசிக் கொள்ளவில்லை..

அவள் தன் மனதிற்கும் அறிவிற்கும் இடையே போர் நடத்திக் கொண்டிருக்கிறாள் என்பதைச் சமரால் உணர முடிந்தது. ஆதலால் அவள் தெளிவாகும் வரைக்கும் அமைதி காக்க முடிவு செய்தான்.

அப்பகுதியை ஆசை தீரச் சுற்றிவிட்டு வந்த சந்துரு, திருமண பலகாரம் எனும் பெயரில் சிவாவின் அம்மா கட்டிக்கொடுத்த நொறுக்குத் தீனிகள் சிலதை காரிலிருந்து எடுத்து வந்துவிட்டான். பாட்டி அனைவருக்கும் அதைப் பங்கு பிரித்துக் கொடுத்தார்.

கண்மணிக்கு அவர் ஊட்ட முற்படுகையில், "எனக்கு சமர் ஊட்டட்டும் பாட்டி" என்றாள்.

அவள் இவ்வளவு சுலபத்தில் மனம் மாறுவாள் என்று எதிர் பார்த்திராத பாட்டியும் சந்தோஷமாய் சம்மதித்தார்.

சமருக்கு அவளின் சதிராடும் விழிகளில் ஏதோ தவறு இருப்பதாய் புரிந்தது. ஆனால் அதை வெளிப்படையாய் கேட்கும் நேரம் இதுவல்ல என்பதால் அமைதியாய் அவளுக்குத் தின்பண்டங்களை ஊட்டிவிட்டான்.

கண்மணி, "எனக்கு ரொம்ப நாளா குறிஞ்சி ஆண்டவர் கோவிலுக்கு போகனும்னு ஆசை, அடுத்து நாம அங்கே போவோமா?" என்றாள்.

அத்தனை பேரும் அவளுக்குச் சாதகமாய் தலையாட்ட, அவர்களின் அடுத்த இலக்கு குறிஞ்சி ஆண்டவர் கோவிலாய் மாறியது. தமிழ் கடவுள் முருகன் தெய்வீக களையோடு வீற்றிருக்கும் ஸ்தலம் அது.

கோவில் என்றதுமே பாட்டியின் மனதில் பக்தி மணம் பெருக, தாத்தாவோடு இணைந்து பிரகார வீதியை வலம் வர ஆரம்பித்தார். கோவிலின் தூண் துரும்பு உட்பட அத்தனையையும் நின்று நிதானமாய் அவர் வழிபட, பிறர் தத்தமது பாதையைப் பார்த்துக் கொண்டு நகர்ந்து விட்டனர்.

சந்துரு, மூல ஸ்தானத்திலிருந்த முருகனுக்கு மட்டும் ஒரு அரோகராவைப் போட்டுவிட்டு, பிரசாதமாகக் கிடைத்த புளியோதரையோடு ஒதுக்குப்புறமான ஒரு மரத்தடியில் பதுங்கி விட்டான்.

சமரும் கண்மணியும் கோவிலின் அழகைச் சிலாகித்துப் பேசியபடி அங்குலம் அங்குலமாய் நடந்து கொண்டிருந்தார்கள். பாட்டி வஞ்சனையின்றி தன் வீட்டு வாரிசுகள் அத்தனை பேருக்கும் அர்ச்சனை செய்து முடிக்கும் போது, மற்றவர்களும் அங்கு வந்து விட்டனர்.

சுவாமியின் திருப்பாதங்களில் வைத்துப் பூஜிக்கப்பட்ட இரண்டு மலர்ச் சரங்களை அர்ச்சகர் தந்திட, அதில் ஒன்றைப் பாட்டி பயபக்தியோடு கண்ணில் ஒற்றிவிட்டு தாத்தாவின் கரங்களால் தன் தலையில் சூடிக்கொண்டார்.

மற்றொன்றை அவர் கண்மணியிடம் கொண்டு வர அவசரமாய் அருகே வந்த சமர், "கண்மணிக்கு நான் வச்சு விடுறேன் பாட்டி" என்று கை நீட்டினான்.

பாட்டி, "இல்ல ராசா, பூ வச்சுட்டா பொண்ண நிச்சயம் பண்ணிட்டனு அர்த்தம். உங்க அம்மா அப்பா பூ வாங்கிட்டு வந்து ஊரைக் கூட்டி வச்சு நிச்சயம் பண்றதுதான் எங்க ஊரு முறை" என்றவர் தன் கையாலேயே கண்மணியின் கூந்தலில் பூவைச் சூட்டினார்.

கொஞ்சம் ரொமான்ஸ் செய்யலாம் என்று ஆசையோடு வந்த சமர் முகத்தில், சோகம் குடியேறிக் கொண்டது. அவன் வாட்டம் புரிந்தாலும் பாட்டி தன் ரத்தத்தில் ஊறிய சாஸ்திர சம்பிரதாயங்களை மீறுவதாய் இல்லை.

பாட்டி அவளுக்கு பூச்சூட்டிவிட்ட அடுத்த கணமே சமர் செல்போனோடு தனியே சென்றான். அவன் மனதில் இப்போது என்ன ஓடிக்கொண்டிருக்கும் என்று அறிந்திருந்த பாட்டி, அவனது அவசரத்தை நினைத்து உள்ளுக்குள் சிரித்துக் கொண்டார்.

கண்மணி, "மஞ்சுவுக்கு பூ வாங்கலையா பாட்டி?" என்றிட,

"அவங்க ரெண்டு பேருக்கும் விபூதி பிரசாதம் வாங்கி இருக்கேன் கண்ணு, நாளைக்கு காலையில குளிச்சதும் பூசிக்கிடட்டும்" என்று நாசூக்காக அவர்களின் இருப்பினைச் சொல்லிட, கண்மணியும் அதன் அர்த்தத்தைப் புரிந்து கொண்டு அமைதியாகி விட்டாள்.

"கோவில்ல சாமி கும்பிட்டுட்டோம், அடுத்து நேரா ரூமுக்குத்தான் போகணும். வழியில எங்கேயும் நிற்கக் கூடாது" என்று பாட்டி புதிய விதிமுறைகளை விதித்-தார்.

'மதிய உணவிற்கு காட்டேஜிற்கே போய்விடலாம், பிறகு ஆண் பிள்ளைகள் மூவரும் சென்று ஸ்வெட்டர் வாங்கிக் கொள்ளட்டும்' என்று ஒருமனதாக முடிவு செய்து அனைவரும் காட்டேஜிற்குத் திரும்பிவிட்டனர்.

மதிய உணவையும் சமர்தான் கண்மணிக்கு ஊட்டிவிட்டான். அதற்குப் பிறகு கண்மணி சமர் கண்களில் படவேயில்லை..

சந்துரு அனைவருக்கும் ஸ்வெட்டர் வாங்கிடத் தயாராக, சமருக்கும் அவனோடு போக வேண்டிய கட்டாயம். அவளின் பொன் மஞ்சள் நிறத்திற்குத் தோதான அடர் ரோஜா வண்ண ஸ்வெட்டரை தேர்ந்தெடுத்தான் சமர்.

'இதைப் போட்டதும் அவள் எவ்வளவு அழகாக இருப்பாள்?' என்று மனக் கண்ணில் உருவகப்படுத்திப் பார்த்ததற்கே, அவனின் காதல் கப்பல் கரையை முட்-டியது.

தன் கனவினை நனவாக்கும் பொருட்டு விரைந்து காட்டேஜ் வந்து சேர்ந்தான் சமர். ஆனால் அவனின் காதல் ராணியோ இன்னமும் தன் அந்தப்புரத்தைத் தாண்டி வெளியே வரவில்லை.

'இப்போதே அவளுக்கு இதை அணிவித்துப் பார்க்க வேண்டும்' என்று அடம்-பிடித்த மனதிடம், 'இவ்வளவு அவசரம் ஆகாது' என்று புத்தி எடுத்துரைத்தது.

'அவள் தன் மனம் கொண்ட போராட்டத்தில் இருந்து வெளியில் வந்து இருப்-பாளா இல்லையா? என்ன முடிவெடுத்து இருப்பாள்?' எனும் குழப்பம் வேறு அவன் மனதைக் கூறுபோட்டது.

பொறுத்துப் பொறுத்துப் பார்த்த சமர், முடிவில் பாட்டி தாத்தாவிடம் வாய்-விட்டே கேட்டுவிட்டான்.

"பாட்டி, கண்மணி எங்க? ரொம்ப நேரமா வெளியில வரவே இல்லையே, உள்ள தூங்குறாளா? ரொம்ப நேரமாயிடுச்சே.."

"இல்ல கண்ணு, சும்மாதான் படுத்திருந்தா. நீ உள்ள போய் பாருய்யா" என்று முழுமனதோடு படுக்கை அறைக்கு அவனை அனுப்பி வைத்தார் பாட்டி.

தயங்காது உள்ளே நுழைந்தான் தலைவன், தலைவியோ பாற்கடலில் பள்ளி-கொண்ட பெருமாள் போலப் பாந்தமாய் பஞ்சு மெத்தையில் படுத்துக் கிடந்தாள்.

சமர், "நான் உன்ன டிஸ்டர்ப் பண்ணனும்னு உள்ள வரல, உனக்காக ஒரு ஸ்வெட்டர் வாங்கினேன். அத உனக்குக் கொடுக்கனும்னு ரொம்ப நேரமா வெயிட் பண்ணிட்டு இருந்தேன், ஆனா நீ வெளியில வரவே இல்ல. அதான் ஜஸ்ட் ஒரு தடவை பார்த்துட்டுப் போகலாம்னு உள்ள வந்தேன்.." என்று சப்பை கட்டு கட்டி-னான்.

கண்மணிக்கு அவனின் தவிப்பு புரிந்தாலும், அவ்வளவு சுலபத்தில் இறங்கிப் போகக் கூடாது எனும் வைராக்கியமும் வளர்ந்திருந்தது.

"இவ்வளவு நேரமா உங்களுக்காகத்தான் காத்திருந்தேன் சமர், நான் உங்க-ளோட பேசணும்" என்றாள்.

"சொல்லு கண்மணி.."

"இங்க சொல்ல முடியாது, வெளியில போய் பேசுவோம். அப்பத்தான் என்-னால மனசுவிட்டு சுதந்திரமா பேச முடியும்.."

"சரி, வா.."

"என்னால அப்படியே வர முடியாது, என்னோட டிரஸ்ஸ நேரா போட்டு விடுங்க. துப்பட்டாவ சரி பண்ணுங்க, சுடிதாருக்கு முன்னால பின்னால சைடுல எல்லாம் நேரா எடுத்து விடுங்க, என் முடிய கொஞ்சம் கண்ணுக்கு வராத மாதிரி தள்ளி விடுங்க" என்று ஒன்றன் பின் ஒன்றாய் நிறைய உத்தரவுகளைப் பிறப்பித்-தாள்.

காதல் காட்ட வேண்டிய நேரங்களில் காதலையும், கனிவு காட்ட வேண்டிய நேரங்களில் கனிவையும் காட்டிடும் அவன் குணம் பார்த்து, கண்மணிக்குள் சிறு பிரளயமே நிகழ்ந்து கொண்டிருந்தது. ஆனால் அந்த சாகசக்காரி, அது எதையும் வெளிக் காட்டாமல் தனக்குள்ளேயே மூடி மறைத்துக் கொண்டாள்.

அவள் சொன்ன அத்தனையையும், சமர் சரி செய்து முடித்த பிறகு, காட்-டேஜின் பின் பக்கம் இருந்த பூந்தோட்டத்திற்கு அவனை அழைத்துச் சென்றாள். எவரும் தங்களின் உரையாடலை ஒட்டுக் கேட்க முடியாத அளவுக்குத் தூரமாய் சென்றனர் இருவரும்.

கண்மணி, "என்ன எப்படி தெரியும் உங்களுக்கு?" என்றாள், அவன் நடந்ததை அப்படியே சொன்னான்.

"எதனால என்ன விரும்புனீங்க?"

"முதல் காரணம் கவிதை.. எந்த கவிஞனுக்கும் தன்னவிட நல்லா எழுதுற ஆளைப் பார்த்தா மதிக்கத் தோணும். எனக்கும் அப்படித்தான் உன் மேல மரி-

யாதை வந்தது.

உன்ன காணாம தேடித் தவிச்சேன்னு ஒரு வார்த்தையில என்னால என் உணர்வுகளை சொல்ல முடியாது. அது ஒரு காட்டை பத்தின கவிதைக்கு வெறும் ஒத்த புல்ல உவமையா தர்ற மாதிரி.

உன்ன முதல் தடவ பார்த்ததும் என் இதயத்துக்கு நடுவுல பெரிய கடப்பாரைய சொருகின வலி வந்தது. என்னால அதுக்கு மேல உன்ன பார்க்க முடியல, எல்லாரும் நான் செஞ்சது தப்புனு என்ன திட்டினாங்க.

ஆனா உங்க அம்மா மட்டுந்தான் என் மனச புரிஞ்சுக்கிட்டாங்க.. ஏன்னா, உன் மேல அவங்க எந்த அளவுக்கு பாசம் வச்சு இருக்காங்களோ, அதே அளவு நானும் பாசம் வெச்சிருக்கேன்னு அவங்களுக்கு தெரிஞ்சிருக்கு.

உனக்காக எனக்குள்ள உருவான வலிதான் எனக்கும் உனக்கும் என்ன பந்தம்னு எனக்குப் புரிய வச்சது கண்மணி. நீ எனக்கானவள்..

இல்லனா நான் ஏன் இந்த ஊருக்கு வரணும்? ஏன் உன் கவிதை என் கண்ணுல படணும்? நாம ஏன் கொடைக்கானல் வரைக்கும் சேர்ந்து பயணம் பண்ற சூழ்நிலை உருவாகனும்?

என் மனசுல என்ன இருக்குனு தெரிஞ்சும், என்ன தூரமா நிறுத்தி வைக்காதடி. எனக்கு ரொம்ப கஷ்டமா இருக்கு.. ஒரே ஒருதடவ என்னோட வாழ்ந்து பாரு கண்மணி, எனக்குள்ள எவ்வளவு காதல் இருக்குனு உனக்குப் புரிய வைக்கிறேன்.." என்று அவளின் முகத்தினைத் தன் கைகளில் ஏந்தியபடி கெஞ்சினான்.

அவன் பிடியிலிருந்து தன் முகத்தை விலக்கிக் கொண்ட கண்மணி, "அது கிடக்கட்டும், இன்னிக்கி காலையில இருந்து எனக்காக நீங்க என்னவெல்லாம் செஞ்சீங்கனு சொல்ல முடியுமா?" என்றாள் சற்று வெறுப்போடு.

"பெருசா எதுவுமில்ல, கார் கதவ திறந்தேன், சாப்பாடு ஊட்டினேன், டிரஸ் அட்ஜஸ்ட் பண்ணேன், தலை முடிய நேராக்கினேன்" என்று சொல்லிக்கொண்டே இப்போதும் அவள் தலைமுடியை தன் விரல்களால் கோதி விட்டான்.

"இதுவுமே பரந்து விரிஞ்ச காட்டுக்கு ஒரு சின்ன புல்ல உவமையா காட்டுற மாதிரிதான். என்ன கல்யாணம் செஞ்சா நீங்க எனக்காக செய்ய வேண்டிய வேலைகள் அனுமார் வால் மாதிரி நிக்காம நீளமா போய்கிட்டே இருக்கும்.

தினமும் காலையில என்ன எழுப்பனும், காபி போட்டுக் கொடுக்கணும், பல்லு தேய்ச்சு குளிக்க வைக்கனும், பாத்ரூம் போனா முகம் சுளிக்காம என் அம்மா மாதிரி கழுவி விடணும்.

ஒரு நாள் உடம்பு சரியில்லாம போனாலும், அன்னிக்கி முழுக்க உங்களோட ஒட்டுமொத்த வேலையையும் விட்டுட்டு என் கூடவே பழியா கிடக்கணும். உங்களுக்கு உடம்பு சரியில்லனாலும், எனக்கு வேணும்கிறது எல்லாத்தையும் ரெகுலரா செய்யணும்.

மூணு வேளையும் நீங்களே சமைச்சு சாப்பாடு ஊட்டி விடணும், தலைசீவி பவுடர் போட்டு ஒரு பச்சக் குழந்தைய பாத்துக்குற மாதிரி பாத்துக்கனும். நீங்க ஆபீஸ் போற நேரம் என்னை கவனிச்சுக்க ஒரு ஆள வேலைக்கு போடணும்.

எல்லாத்தையும் விட முக்கியம் என்னால உங்களுக்குத் திருப்பி எதுவும் செய்ய முடியாதுன்றத நீங்களும் உங்க குடும்பமும் புரிஞ்சுக்கனும். நீங்க புரிஞ்சுக்கிட்டாலும், குடும்பத்தில் குழப்பம் பண்றதுக்குனே சிலர் வருவாங்க.

அவங்களால எதிர்காலத்தில வரப் போற எல்லா அவமானங்களையும் தாங்குற மனவலிமை உங்களுக்கு முதல்ல இருக்கனும். அதுக்குப்பிறகு உங்க குடும்பத்து ஆட்களும் அவமானங்களைப் பழகிக்கனும்னு நீங்க எடுத்துச் சொல்லணும்.

இதெல்லாம் உங்களுக்குத் தேவையா? நீங்க ரொம்ப அழகா இருக்கீங்க, நல்ல வேலையில இருக்கீங்க, நல்லா கவிதை எழுதறீங்க. நீங்க நினைச்சா ஒரு நிறைவான வாழ்க்கை வாழ முடியும்.

அதை விட்டுட்டு என்னையும் கஷ்டப்படுத்தி உங்களையும் கஷ்டப்படுத்திக்கனுமா? நான் சொல்றத கேளுங்க சமர், நானே உங்களுக்கு ஒரு நல்ல பொண்ணா பார்த்து கல்யாணம் செஞ்சு வைக்கிறேன். என்ன விட்ருங்க" என்றாள்.

சமருக்கு அவள் கன்னத்தில் நான்கு அறை வைத்தால் என்ன எனுமளவுக்குக் கோபம் வந்தது. இருந்தும் பல்லைக் கடித்துக் கொண்டு கல்லாய் நின்றான்.

"எதாவது பதில் சொல்லுங்க சமர்.." என்றாள் கண்மணி.

"சொல்றேன், ஆனா அதுக்கு முன்னால நீ என்னோட கேள்விகளுக்கு பதில் சொல்லு. ஏன் நான் முத்தம் தரும்போது நீ மயங்கி கிறங்கின? நான் பக்கத்துல வந்தா ஏன் வெட்கப்பட்ட? என் மேல காதல் இல்லைன்றவ, ஏன் ஊரக்கூட்டி பஞ்சாயத்து வைக்காம எங்கூட கொடைக்கானல் வரைக்கும் வந்த?" என்று அவள் நெற்றிப் பொட்டில் அடிப்பது போன்ற கேள்விகளை முன்வைத்தான்.

"கை இல்லனாலும் நானும் பொண்ணுதான், முதல் தடவை ஒரு ஆம்பள தொட்டா வெட்கம் வரத்தான் செய்யும். அந்த ஒரு முத்தத்திற்காக வாழ்நாள் முழுக்க கடன் காரியா என்ன ஆக்க முயற்சி செய்யாதீங்க.."

சமர், "ஏன்டி இஷ்டம் இருந்தும் வேண்டா வெறுப்பா பேசுற? நம்ம கல்யாணத்துக்கு அப்புறம் உனக்கோ எனக்கோ இப்படி குறை வந்திருந்தா நாம பிரியனும்னு சொல்லுவியா?" என்று சாமர்த்தியமாய் ஒரு தூண்டிலைப் போட்டான்.

அவன் தூண்டிலில் சிக்காத கண்மணி, "இப்படி ஒரு டயலாக் உங்க வாயில இருந்து என்னைக்காவது ஒரு நாள் நிச்சயம் வரும்னு எதிர்பார்த்தேன் சமர். எதுவும் பேச முடியாதவங்க கடைசியில உபயோகிக்கிற பிரம்மாஸ்திரம் இதுதான்.." என்றாள்.

சமர், "மனசளவுல நீயும் நானும் ஒண்ணாகிட்டோம் கண்மணி. இனி என்னால வேறே எந்தப் பொண்ணையும் என் மனைவியா நினைச்சுக் கூடப் பார்க்க முடி-

யாது. உனக்கும் அப்படித்தான?" என்று கிடுக்கிப்பிடி போட முயன்றான்.

"ம்ச்சு, இந்த சினிமாட்டிக் வசனங்கள் இல்லாம நாம கொஞ்சம் பிராக்டிகலா யோசிப்போமா சமர்?

இப்ப இருக்கிற உலகத்துல புருஷன் பொண்டாட்டி ரெண்டு பேரும் சம்பாதிச்சாத்தான் ஒரு குடும்பம் வாழவே முடியும். நீங்க ஒரு ஆள் சம்பாதிச்சு உங்க குடும்பம், என் குடும்பம், நம்ம குழந்தைகள்னு எல்லாரும் வாழ முடியுமா? சாத்தியப்படாத ஆசைய வளர்த்துக்குறதுக்கு பதிலா, சாத்தியமாகுற வாழ்க்கைய பழகிக்கிறதுதான் புத்திசாலித்தனம்."

"நீதான் அழகா கவிதை எழுதுறியே கண்மணி, அதை வச்சு உன்னால ஆனதை நம்ம குடும்பத்துக்கு சம்பாதிச்சுக் குடு" என்று அசராமல் அடுத்தடுத்த கோல் போட்டான்.

"நான் ஏற்கனவே முயற்சி செஞ்சு பார்த்துட்டேன், நான் உபயோகப்படுத்துற வார்த்தைகள வாய்ஸ் டைப் பண்ண முடியல. ஒரு ஆள் வச்சு எழுதுற அளவுக்கு நான் ஒன்னும் குபேந்திரன் வீட்டுக் கன்னுக்குட்டி இல்ல.

கை போனதுமே என் கவிதையும் போயிடுச்சு.. அந்த ஆற்றாமையாலதான் என்னோட பழைய கவிதைகள் எல்லாத்தையும் மொத்தமா அள்ளிட்டு போய் குப்பைத்தொட்டியில போடுங்கனு சொன்னேன்.

விவரம் தெரிஞ்ச வயசுல இருந்து என்ன பார்த்துப் பழகின என் க்ளோஸ் ப்ரெண்டு மஞ்சு. அவ ஹாஸ்பிடல்ல என்ன பார்த்த அடுத்த செகண்ட் பயத்துல மயங்கி விழுந்துட்டா. அது அவளோட தப்பு கிடையாது, ஆனாலும் அந்தக் குற்ற உணர்ச்சியால அதுக்குப் பிறகு என்னோட பிரெண்ட்ஸ் யாரையுமே நான் பாக்க விரும்பல.

ஊர் ஜனங்க என்ன பார்க்கும் போது, என் கண்ண பார்த்துப் பேசாம, கை இருந்த இடத்தைத்தான் பாவமா பாக்குறாங்க. நான் தூக்கி வளர்த்த என் பக்கத்து வீட்டுப் பாப்பா இப்ப என் பக்கத்துலயே வர்றதில்ல. என் முகத்தைப் பார்த்தாலே பயந்து நடுங்கி ஓடுறா..

நான் வாழ்ந்த உலகம் இது இல்ல சமர், இப்ப இருக்குற எதுவுமே எனக்கு சுத்தமா புடிக்கல. எனக்கு என் அப்பா வேணும், என் கை வேணும், என் வேலைய நானே செஞ்சுக்குற சுதந்திரம் வேண்டும்.

என் டிரஸ் சரியில்லனா நானே நேரா எடுத்து விடனும், என் துணிமணிய நானே மடிச்சு வைக்கனும், எனக்கான சாப்பாட்ட நானே சாப்பிடனும், நான் உபயோகிச்ச பாத்திரத்த நானே கழுவனும்.

எல்லாரையும் போல நானும் சாதாரண மனுஷியா இருக்கனும். ஆனா இது எதுவும் நடக்க போறது இல்லனு எனக்குத் தெரியும்.. என் வாழ்க்கையோட ஒவ்வொரு நொடியும் நரகமா என்னைக் குத்திக்கொல்லுது.

இந்த லட்சணத்துல வெக்கமே இல்லாம என்ன கவிதை எழுதுனு சுலபமா சொல்லிட்டீங்க... ரசனை இல்லாம கவிதை எழுத கடவுளாலேயே முடியாது, நான் எம்மாத்திரம்?"

சமர், "நடந்து முடிஞ்சத என்னாலயும் மாத்த முடியாது கண்மணி, ஆனா உனக்கான ஒரு நல்ல எதிர்காலத்தை என்னால தர முடியும். அதுக்கு நீ என்ன நம்பணும்டி.." என்று தன் அடிமனதில் அலைமோதும் காதல் உணர்வுகளை அவளுக்கு எடுத்துச் சொல்ல முயன்றான்.

"என்னையே என்னால நம்ப முடியாது சமர், எனக்கு என் உடம்பே சுமையா இருக்கு.. நீங்க எவ்வளவு நாள் என்ன உக்கார வச்சு சோறு போடுவீங்க? எவ்வளவு நாள் இதே காதலோட எனக்கான பணிவிடைகள செய்வீங்க?

வாழ்க்கை ரொம்ப நீளமானது.. எனக்காக நீங்க ஒரே இடத்தில் தேங்கி நின்னுட்டா என் கவிதை மாதிரியே உங்க கவிதையும் உரு தெரியாம அழிஞ்சு போயிடும். அந்தப் பாவத்தை நான் எங்க போய் தொலைக்க?

என் பேச்ச கேளுங்க, என்ன காப்பாத்துறேன்னு உங்க வாழ்க்கைய பாழாக்கிக்காம தயவு செஞ்சு திரும்பி போயிடுங்க. எங்கேயாவது போய் சந்தோஷமா வாழுங்க.." என்று தேம்பித் தேம்பி அழுதாள் கண்மணி.

சமர் அவளருகில் சென்று, "இத்தனநாளா உன் மனச அழுத்திட்டு இருந்த பாரத்தை இப்பவாவது வெளிப்படையா சொன்னியே, அதுவே பெரிய சந்தோஷம். நீ போ போனு சொன்னா போயிடுவேனா நான்? நீ என் உயிருடி, உன்னவிட்டு எப்படி என்னால போக முடியும் சொல்லு?" என்றபடி அவள் கன்னங்களைத் தாண்டி வழிந்த கண்ணீரைத் துடைத்துவிட்டான்.

அழுதவள் அதிர்ச்சியாய், 'இன்னும் எப்படித் தெளிவுபடுத்தினால் இவன் என்னை விட்டுப் போவான்?' என்பது போலப் பார்த்தாள்.

11

கொடைக்கானலின் இரண்டாம் நாள், காட்டேஜை காலி செய்து விட்டு, முடிந்தவரை எல்லா இடங்களையும் சுற்றிப் பார்க்க வேண்டும் எனும் எண்ணத்தோடு புறப்பட்டது நம் கூட்டம்.

சமரும் கண்மணியும் பெரிதாய் எதுவும் பேசிக் கொள்ளவில்லை என்றாலும், தங்களுக்குள் நிகழ்ந்த உரையாடலைப் பற்றி யாருக்கும் சொல்லவும் இல்லை.

முற்பகல் பொழுதில் முடிந்தவரை எல்லா இடங்களையும் சுற்றிப் பார்த்தவர்கள், பிற்பகலில் உணவு பொட்டலங்களோடு உட்கார்ந்து சாப்பிடும் படி ஒரு இடத்தை தேடினார்கள்.

போக்குவரத்து நெரிசல் இன்றி இருந்த ஒரு மலைமுகடு மஞ்சுவுக்கு மிகவும் பிடித்துப்போக, மொத்தக் கூட்டமும் அங்கே அமர்ந்து உணவுண்ணும் வேலையைச் செய்தது.

சிவா, "என்னடா எனக்கு மட்டும் பிரியாணில லெக் பீஸ் இல்ல?" என்று அலறிட,

சந்துரு, "அடடா, குறிஞ்சி ஆண்டவர் இவ்வளவு பவர் ஃபுல்லா? நேத்துதான் வேண்டுதல் வச்சேன், அதுக்குள்ள நிறைவேத்தி கொடுத்துட்டாரே!" என்று கைகளைத் தலைக்குமேல் கூப்பிக் கும்பிடு போட்டான்.

தனக்கு எட்டாத தொலைவில் இருந்த சந்துருவின் மேல் சிறு கல்லைத் தூக்கிப் போட்ட சிவா, "ஏன்டா அவனவன் தட்டுல இருக்குறதுக்கு வேண்டுதல் வைக்க மாட்டிக்கிறீங்க? அடுத்தவன அழ வச்சி பாக்குறதுல என்னதான் ஆனந்தமோ?" என்றவன் எதேச்சையாய் கண்மணியின் முகம் பார்க்க, அவள் கொடூர காளி போல அவனை முறைத்துக் கொண்டிருந்தாள்.

சிவா, 'ஆத்தி, நம்ம வாயே நமக்கு ஏழரைய இழுத்து விடப்பாக்குது. வெறும் குஸ்காவா இருந்தாலும் இப்போதைக்கு உள்ள அடச்சு வச்சு, வாய முதல்ல நம்ம கன்ட்ரோலுக்கு கொண்டு வந்திடனும். இல்ல இவ இங்கேயே என்ன கடிச்சுத் தின்னுடுவா' என்று எண்ணியவன், அமைதியாகச் சாப்பிட ஆரம்பித்தான்.

பாட்டி, "கண்மணி, நான் உனக்கு ஊட்டி விடவா கண்ணு?" என்றார் அன்பொழுக.

"வேணாம் பாட்டி, நேத்துல இருந்து சமர்தான எனக்கு ஊட்டுறாரு, இப்பவும் அவரே ஊட்டட்டும்" என்றாள்.

'என்னைத் திருமணம் செய்தால் இப்படியெல்லாம் வேலை செய்ய வேண்டி இருக்கும்' என்று சொல்லாமல் சொல்வதாய் அவள் நினைத்துக் கொண்டிருந்தாள்.

அது புரிந்தாலும், அவள் மேல் சிறிதளவு கோபமும் இன்றி ஆரம்பத்தில் எவ்வளவு அன்பு காட்டினானோ அதில் துளி குறையாத வண்ணமே இப்போதும் சமர் நடந்து கொண்டான். அவள் பேசிய பேச்சுக்களைத்தான் அவனால் இன்னமும் ஜீரணிக்க முடியவில்லை.

அனைவரும் பொட்டலத்தைப் பிரிக்க அங்கே பிரியாணி தன் ஆதிக்கத்தைச் செலுத்த ஆரம்பித்தது. அதன்பின் பேச்சு வார்த்தைகளுக்கு இடமில்லாமல் போக, சமர் மட்டும் சரிவரச் சாப்பிடாமல் கையைக் கழுவினான்.

அடிவயிற்றிலிருந்து பெரிதாய் ஒரு ஏப்பம் விட்ட சந்துரு, "ஃபுல் கட்டு கட்டியாச்சு, சாப்பிட்டது செமிக்கிற வரைக்கும் இங்கேயே கொஞ்சம் நடந்து கொடுப்போம். இல்லனா ஹேர்பின் வளைவு, பாதி தூரத்துலயே பிரியாணிய கூழாக்கி வெளியேத்த வச்சிடும்" என்று முன்னெச்சரிக்கை செய்தான்.

அனைவருக்கும் அது சரி என்று தோன்ற, சிவா மஞ்சுவோடு ஒரு நடைப் பயணம் செல்ல ஆரம்பித்து விட்டான். சந்துரு அவன் போன திசைக்கு எதிர்த்திசையில் நடந்து கொடுக்க, பாட்டி இருக்கும் இடத்திலேயே கால் நீட்டி அமர்ந்துவிட்டார். அவருக்குத் துணையாய் கண்மணியும் அங்கேயே இருந்து கொண்டாள்.

சமர் மலை முகட்டினை ரசிக்க விரும்பி, அவர்கள் அமர்ந்திருந்த இடத்தை விட்டு சற்று தள்ளிப் போய் நின்று கொண்டான். அப்போது அவன் அருகில் வந்து நின்றார் தாத்தா.

அவர் ஆரம்பம் முதலே அவனிடம் அவ்வளவாக ஒட்டவில்லை, ஆதலால் மரியாதை நிமித்தமாய் இப்போது அதிக ஆர்வத்தோடு பேசினான் சமர்.

சமர், "என்ன தாத்தா, ஏதாவது வேணுமா?" என்றான் அவரின் சுருக்கங்கள் நிறைந்த கையைப் பற்றிக்கொண்டு.

தாத்தா, "இல்ல, ஒரு விஷயம் பேசணும்.." என்று பெரிதாய் பீடிகை போட்டார்.

அவர் சுற்றி வளைத்துப் பேசுவது புரிந்த சமர், "சொல்லுங்க தாத்தா" என்றான்.

ரகசியமான குரலில், "நேத்து சாயங்காலம் நீயும் கண்மணியும் ரொம்ப நேரம் பேசுனீங்களே, கண்மணி என்ன சொன்னா? கல்யாணத்துக்குச் சம்மதம் சொல்லிட்டாளா?" என்றார்.

சமர் கண்மணியின் முகத்தைப் பார்த்தான், அவளும் குழப்பமான முகத்தோடு அவர்களைத்தான் பார்த்துக் கொண்டிருந்தாள். தாத்தா கேட்கும் கேள்வியை அவள் அங்கிருந்தே யூகித்திருப்பாள் போலும்..

தாத்தா, "அவள பாக்காத, என்னை பார்த்து பதில் சொல்லு.." என்று சமரைத் தன் பக்கம் திசை திருப்பினார்.

"என்ன கல்யாணம் பண்ணினா உனக்குக் குடும்பம் நடத்துறது கஷ்டம், வேற ஒரு நல்ல பொண்ணா பார்த்து நானே கல்யாணம் பண்ணி வைக்கிறேன். என்ன விட்டுடுனு சொன்னா" என்றான்.

தாத்தா தன் தாடையைத் தடவியபடி, "ஓ.. அதுக்கு நீ என்ன சொன்ன?" என்றார்.

"இப்படி பேசுறவகிட்ட நான் என்ன சொல்ல முடியும்? அவ்வளவு சுலபத்தில் உன்னை விட்டு போக மாட்டேன்னு சொன்னேன். உன்னாலயும் என்ன விட்டுட்டு போக முடியாதுனு சொன்னேன்."

தாத்தா கொஞ்சம் வெறுப்பு ஏறிய குரலில், "ஏன் தம்பி அப்படி சொன்ன?" என்றார்.

அவர் குரல் மூலம் அகம் புரிந்த சமர், "எனக்கு உங்க கோபம் புரியுது, நீங்க என்ன தப்பா நினைக்காதீங்க தாத்தா..

அவளையும் அவளோட கவிதைகளையும் எனக்கு ரொம்ப பிடிச்சிருக்கு, காலம் முழுக்க அவள வச்சி காப்பாத்த ஆசை இருக்கு. ஆனா அத நிரூபிக்கிற வாய்ப்ப அவ எனக்கு தரவே மாட்டேங்குறா.

நான் பேச ஆரம்பிக்க முன்னாலயே கோபமா பேசிட்டு என்ன விட்டு விலகிப் போயிடுறா. என் பக்கத்து வார்த்தைகள சொல்றதுக்காக கொஞ்சம் அழுத்தம் தந்தாலும் அழுதுடுறா.

அது அவளோட தப்பு இல்ல, தனிமை அவள தன் கட்டுப்பாட்டுக்குள்ள இழுக்க பாக்குதுனு எனக்கு நேத்துதான் தெரிஞ்சது. ஒரே ஒரு தடவ என்னோட அன்ப அவளுக்கு புரிய வச்சுட்டா போதும், அவளே என்ன புரிஞ்சுக்குவா.

என் கையில இன்னிக்கி ஒரு நாள் இருக்கு, எப்படியாவது பேசி என் அன்ப கண்மணிக்குப் புரிய வைப்பேன். என்னைக்கா இருந்தாலும் என் கல்யாணம் அவளோடதான் தாத்தா" என்றான் அவளை விட்டுக் கொடுக்காமல்.

தாத்தா இதுவரை இல்லாத கோபத்தோடு சத்தமாக, "எங்க ஜாதிப் பொண்ண கல்யாணம் பண்ணிக்க உனக்கு என்னடா அருகதை இருக்கு?" என்றதும் அங்கிருந்த அனைவருக்கும் தூக்கிவாரிப் போட்டது.

சமர் தன் செவிகளில் கேட்டதை நம்ப முடியாமல், "என்ன? என்ன சொன்னீங்க?" என்றான் அதிர்ச்சி விலகாமல்.

"கை இல்லனாலும் அது எங்க ஜாதிப் பொண்ணு, அவள எப்படி வேணும்-னாலும் நாங்க வாழ வைப்போம். ஆனா வேறொரு ஜாதிக்காரன் உள்ள வந்தா, கொன்னு பொதைச்சிடுவோம் தெரியும்ல" என்றவர், சிறிதும் யோசிக்காமல் சமரை மலை முகட்டில் இருந்து கீழே தெரியும் பள்ளத்தாக்கில் தள்ளிவிட்டார்.

அதை நேரில் பார்த்த கண்மணி, "சமர்..." என்று அலறிட, அவள் குரல் கேட்டு தூரத்திலிருந்த சிவாவும் சந்துருவும் விழுந்தடித்துக் கொண்டு ஓடி வந்தனர்.

கூன் விழுந்த முதுகின் காரணமாய் தட்டுத்தடுமாறி எழுந்த பாட்டி, "அடப்-பாவி மனுசா, அந்தப் புள்ளைய என்னையா செஞ்சு தொலைச்ச?" என்று முந்-தானையால் கண்ணீரைத் துடைத்துக் கொண்டே தாத்தாவிடம் ஓடி வந்தார்.

துணைக்கு யாரும் இல்லாததால் உட்கார்ந்த இடத்திலிருந்து எழுந்திரிக்க முயன்ற கண்மணி, அது முடியாமல் மீண்டும் மண்ணில் விழுந்தாள். திரும்ப எழுந்திட முயன்றாலும், அவள் உடல் பதற்றத்தில் நடுங்கிக் கொண்டே இருந்த-தால், கால்கள் இருந்தும் அவள் உடலுக்கு அவற்றால் உதவ முடியவில்லை.

தாத்தாவின் நெஞ்சில் அடித்து அழுத பாட்டி, "பாவம்யா அந்தப் புள்ள, என்-னயா செஞ்சு தொலைச்ச?" என்று அரற்றினார்.

பாட்டியைச் சுலபமாய் தன் கைவளைவில் பிடித்துக் கொண்ட தாத்தா எகத்-தாளமாய், "அவன இந்த ஆயிரம் அடி பள்ளத்தில தள்ளிவிட்டு கொன்னுட்டேன். போலீஸ்காரனுங்க, சொந்தபந்தம்னு யாரு வந்து கேட்டாலும், நீங்க எல்லாரும் அவன் தடுக்கி விழுந்து செத்துட்டான்னுதான் சொல்லனும், புரியுதா?" என்றார் தன் வெண்ணிற மீசையை முறுக்கியபடியே.

கண்ணீரில் கரைந்த கண்மணி, "முடியாது, நான் உங்கள சும்மா விடமாட்-டேன். நீங்கதான் கொலைகாரன்னு ஊரு முழுக்க சொல்லுவேன், போலீஸ்ல கம்ப்-ளெயிண்ட் குடுப்பேன், உங்கள உள்ள தள்ளாம விடமாட்டேன்" என்று சூளு-ரைத்தாள்.

"இன்னும் உன்னால விழுந்த இடத்திலிருந்து எழுந்து நிற்கவே முடியல, நீ எனக்கு எதிரா கம்ப்ளைன்ட் கொடுக்க போறியா கண்மணி? நல்ல வேடிக்கை போ..

உண்மையில அவன் செத்ததுக்கு நீ தான் காரணம். அவன் வேண்டாம்னு நீ உறுதியா இருந்திருந்தா அந்த பயலும் எப்பவோ தன் ஊரப்பாத்து கிளம்பி போயி-ருப்பான்.

அவன நடுவீடு வரைக்கும் நடக்கவிட்ட, அவனோட ஊரு சுத்த கிளம்பி வந்த, சாப்பாடு ஊட்டுனு செல்லம் கொஞ்சுன, ஜடை பிண்ணுனு அவன் மனசுல ஆசைய வளர்த்துவிட்ட. ஆக மொத்தம் நீதான் அவன் சாவுக்குக் காரணம்.." என்றார்.

"ஐயோ.. என்ன கல்யாணம் செஞ்சா அவனுக்கு என்னென்ன கஷ்டம் வரும்னு புரிய வைக்கத்தான் அப்படி செஞ்சேன் தாத்தா. எனக்குள்ள இருந்த காதலை இப்ப வரைக்கும் நான் அவன்கிட்ட சொல்லவே இல்ல..

அவன் ஆசையா என் முன்னால வந்து நின்ன நேரமெல்லாம் முகத்துல அடிக்கிற மாதிரி பேசி விரட்டி விரட்டி விட்டேனே.. இப்ப நானே ஆசைப்பட்டாலும் அவன் முகத்த ஒரு தடவை பாக்க முடியாத தூரத்துக்கு போயிட்டானே" என்று மண்ணில் புரண்டு அழுதாள் கண்மணி.

இதற்குள் சிவா, மஞ்சு, சந்துரு மூவரும் அங்கு வந்து சேர்ந்துவிட, மஞ்சு கண்மணியைத் தூக்கி தன் மடியில் போட்டுக் கொண்டாள்.

தாத்தா திமிராய், "இனி நீ அழுதாலும் புரண்டாலும் போனவன் வரமாட்டான். போ போ, போய் ஆக வேண்டிய வேலையப்பாரு. டேய் சிவா போய் கார எடுத்துட்டு வா, நாம இன்னொரு ரவுண்டு கொடைக்கானல சுத்திட்டு வருவோம்.

நாளைக்கி சாயங்காலமானதும் சாவகாசமா போலீஸ்ல இன்ஃபார்ம் பண்ணுவோம். அப்பதான் மிச்ச சொச்சமா குறை உசுரு ஒட்டிட்டு இருந்தாலும் சுத்தமா முடிஞ்சு போய் இருக்கும்.." என்றார்.

அதைக் கேட்டதும் மஞ்சுவின் மார்பில் முட்டி அழுத கண்மணி, "சமர்.. சமர்.. ஏன்டா என்ன தேடி வந்த? உன் வாழ்க்கையில ஒரு குறையும் இருக்கக்கூடாதுனு தான உன்ன விட்டு விலகிப் போனேன். என்னாலயே உன் வாழ்க்கை அழிஞ்சு போச்சே" என்று தேம்பித் தேம்பி அழுதாள்.

மஞ்சு, "அழாத கண்மணி.. சமர் அண்ணனுக்கு ஒண்ணுமாகாது, நாம இப்பவே போலீஸ்க்கு போன் போடுவோம்" என்று சொல்லிக்கொண்டே தன் செல்போனை வெளியே எடுத்தாள்.

தாத்தா, "இங்க சிக்னல் கிடைக்கல தாயி, நான் ஏற்கனவே எல்லாத்தையும் செக் பண்ணிட்டேன்" என்றார்.

அதை ஆமோதிப்பது போல் அவளின் செல்போனும் எந்த அவசரகால அழைப்பும் அனுப்ப இயலாதபடி வறண்டு கிடக்க, கண்மணி அடிவயிற்றிலிருந்து பெருங்குரலெடுத்து அழத் துவங்கினாள்.

மஞ்சு அவளைத் தன் நெஞ்சோடு அணைத்துக் கொண்டு, "தாத்தா, ஏன் இப்படி செஞ்சீங்க? உங்களுக்குள்ள இப்படி ஒரு அரக்கன் இருப்பான்னு சத்தியமா நான் எதிர்பார்க்கல. உங்களப்பத்தி முன்னாலேயே தெரிஞ்சிருந்தா, இந்த ஊருக்கு சமர் அண்ணனையும் கண்மணியையும் கூட்டிட்டு வந்திருக்கவே மாட்டோம்" என்று தானும் அழ ஆரம்பித்தாள்.

தாத்தா அப்போதும் அசையாமல் நிற்க, சிவாவின் மனதில் ஏதோ ஒரு பொறி தட்டியது..

சந்தேகத்தோடு சமர் விழுந்ததாய் தாத்தா சொல்லும் அந்தப் பள்ளத்தை எட்டிப்பார்த்தான் சிவா. மூன்றடி கீழிருந்த பாறையில் கால் நீட்டி அமர்ந்தபடி, அங்கு கிடைத்த சில பூக்களை வைத்து விளையாடிக் கொண்டிருந்தான் சமர்.

சிவா தங்களின் விளையாட்டைக் கண்டு பிடித்து விட்டான் என்றதும் சமர் அவனைப் பார்த்து கேவலமாய் ஒரு புன்னகை பூத்தான்.

உணர்ச்சிப் பெருக்கில் இருந்த சிவா, "யூ ப்ளடி சீட், என் தங்கச்சி அங்க உனக்காக ஏங்கி ஏங்கி அழுதுட்டு இருக்கா. நான் சாகலம்மா உயிரோடதான் இருக்கேன்னு ஒரு வார்த்தை சொல்லுறத விட்டுட்டு, உக்காந்து பூப்பறிச்சு விளையாடிட்டு இருக்கியா? சந்துரு இங்க வாடா, இவன நிஜமாவே கீழ தள்ளி விடுவோம்" என்றான்.

அதுவரைக்கும் உயிர் உள்ள சிலை போல நின்றிருந்த சந்துருவுக்கு இப்போதுதான் உடலில் புத்துயிர் பாய ஆரம்பித்தது.

அத்தனைபேரின் முகமும் கார்மேகம் விலகிய வெண்ணிலவு போலத் தெளிவடைய, கண்மணி தவிர்த்து அனைவரும் பள்ளம் இருக்கும் பக்கம் விரைந்து வந்தனர். சந்துருவும் சிவாவும் சேர்ந்து பள்ளத்தில் இறங்கி சமரை வெளியே தூக்கிப் போட்டனர்.

விழுந்து எழுந்தவன் முதுகில் பாட்டி ஆத்திரம் தாளாமல் நன்றாக நான்கு அடியைப் போட்டார்..

"ஏன்டா இப்படி செஞ்ச? எனக்கு செத்த நேரத்துல உசுரே போயிருச்சு, இனி இப்படி பண்ணுவியா? பண்ணுவியா?" என்று பாட்டி அடித்ததை நமட்டுச் சிரிப்புடன் வாங்கிக் கட்டிக் கொண்டிருந்தான் சமர்.

சந்துரு தாத்தாவிடம் போய், "சிவாவுக்கு தாத்தானு நிரூபிச்சுட்டீங்க. இதெப்படி, ரெண்டு பேரும் சேர்ந்து உட்கார்ந்து எழுதின கதையா? இல்ல தனியாவே ப்ளான் பண்ணதா?" என்றான் கிண்டலாய்.

தாத்தா அப்போதும் தன் நிமிர்வு குறையாமல், "பள்ளத்த பார்த்ததுக்கு அப்புறம் வந்த யோசனை, அவன் கண்மணிக்கு காதல புரிய வைக்கிறதுக்குள்ள எனக்கு கூனு நிமிந்திடும். அதனாலதான் இப்படி குறுக்கு வழிய தேர்ந்தெடுத்தேன்.

அந்த சமரு பயலும் என் திட்டத்தை புரிஞ்சுகிட்டு உள்ளயே உக்காந்துகிட்டான். என் அளவுக்கு இல்லனாலும் அவனும் கொஞ்சம் அறிவாளிதான்.." என்றார்.

அவர் வார்த்தைகளைக் கேட்டு அனைவரும் சிரிக்க, சமர் பள்ளத்தில் தான் பறித்த பூக்களோடு இன்னமும் அழுது கொண்டிருந்த கண்மணியிடம் வந்தான்.

"உனக்காக செத்துப் பொழச்சு வந்திருக்கேன், இப்பவாச்சும் என்ன கல்யாணம் பண்ணிக்க சம்மதம் சொல்லு கண்மணி" என்றான்.

அவள் அழுகையோடே தன் இடுங்கிய கண்ணால் அவனை முறைத்துப் பார்த்தாள்.

"இங்க பாரு, உனக்காக ஆயிரம் அடி பள்ளத்திலிருந்து பூ கொண்டு வந்திருக்கேன், இந்த ஒரு தடவை மட்டும் என்ன மன்னிச்சு விட்டுடேன்" என்றான்.

அவள் இதழில் புன்னகைக் கீற்று முளை விட்டாலும், 'முடியாது..' என்று தலையை இடவலமாக ஆட்டி முரண்டு பிடித்தாள்.

"ப்ளீஸ்.. ப்ளீஸ்.. என் பட்டுக்குட்டி, என் செல்லக்குட்டி, ஓகே சொல்லு" என்றான்.

"முடியாது போடா" என்றாள் கண்மணி. ஆனால் இம்முறை அவள் வார்த்தையில் கொஞ்சலும் காதலுமே நிறைந்து கிடந்தது.

தூரத்திலிருந்து பாட்டி, "அட கட்டிக்கப் போற புருஷன மரியாதை இல்லாம வாடா போடான்றா, அவகிட்ட போய் கேட்டுகிட்டு நிக்கிறியே ராசா. நீயே அவ தலையில வச்சுவிடு" என்றார்.

'நேற்று பூ வைக்கக்கூடாது என்று சொன்ன பாட்டியா இதைச் சொல்வது?' என்பது போல சமர் கேள்வியாய் பாட்டியின் முகத்தைப் பார்த்தான்.

பாட்டியோ, "ரெண்டு பேரும் ஒரே உசுருதான்னு நிரூபிச்சுட்டீங்க. இதுக்குப் பிறகும் நான் சாஸ்திரம் சம்பிரதாயம்னு யோசிக்கனுமா? உன் கையால அவளுக்கு பூ வை ராசா.." என்றார் அகமகிழ்வோடு.

குறுநகையோடு, தன் கையிலிருந்த காட்டு மலர்களை, அழகாய் அவள் கூந்தலில் சொருகி அலங்காரம் செய்தான் சமர்.

சிவா, "டேய் நீ பூ வைக்கிற மாதிரியே இல்ல? என் தங்கச்சி தலையில செடி நட்டு வைக்கிற மாதிரி இருக்கு, எதுக்கும் தினம் கொஞ்சம் தண்ணி தெளிச்சு பாரு. செடி முளைச்சாலும் முளைக்கலாம்.." என்றான்.

சமர், "நீ உன் திருவாய மூடிட்டு இருடா, திரும்பவும் ஏதாவது எக்குத்தப்பா பேசி இவள மலையேத்தி விட்டுடாத. போற வழியில நான் குதிக்க இது மாதிரி வசதியான பள்ளம் இருக்கானு வேற தெரியல.." என்று கைகளை உயர்த்தி ஒரு பெரிய கும்பிடு போட கண்மணி உட்பட அனைவரும் சிரித்துவிட்டனர்.

அடுத்து வந்த ஒரு நல்ல நாளில் சமர் தன் குடும்பத்தினரோடு முறைப்படி கண்மணியைப் பெண் கேட்டு வந்தான்.

அம்மா அப்பா, பாட்டி தாத்தா, அக்கா, அக்காவின் குழந்தை, அவளது கணவன் என்று பெருந்திரளாய் வந்திறங்கிய குடும்பத்தைப் பார்த்து கண்மணி சற்று மிரண்டுதான் போனாள்.

'உன் பயத்திற்கு இங்கே வேலையில்லை கண்ணே..' என்பதைப் போல அத்தனை பேரும் அவளைத் தாங்கு தாங்கென்று தாங்கிட, கமலத்திற்குக் கடவுள் இன்னும் இருக்கின்றான் எனுமளவு சந்தோஷமாய் இருந்தது.

பந்தலிட்டு, ஊரைக்கூட்டி முறைப்படி இருவருக்குமான திருமணம் அறிவிக்கப்பட்டது. சிவாவின் பாட்டியும் தாத்தாவும் ஆசீர்வாதம் செய்து தந்த மல்லிகைச் சரம் சமரின் அம்மா ஜானகியின் கைகளில் தரப்பட்டது. அதைக் கண்மணியின் கூந்தலில் சூட்டியவர், ஆசையோடு அவள் உச்சி முகர்ந்தார்.

கண்மணி, "நான் கேக்கறேன்னு தப்பா நினைக்காதீங்க, உங்க பையன் என்ன மாதிரி ஒரு பொண்ண கல்யாணம் பண்ணிக்கிறத நெனச்சு உங்களுக்கு வருத்தமா இல்லையா?" என்றாள்.

அவள் இன்னும் ரெண்டு கெட்டான் மனநிலையில் இருப்பதை புரிந்து கொண்ட ஜானகி, பாசத்தோடு அவள் கேசம் வருடி, "வருத்தமா? எனக்கா? நான் சந்தோஷத்தில திக்குமுக்காடிட்டு இருக்கேன்மா. சாமியார் மாதிரி எதுலயும் ஒட்டாம வாழ்ந்த என் புள்ளைய மனுஷனா மாத்தினது நீதான். இனிமே நீயும் என் பொண்ணுதான் கண்மணி, உன்ன கண்ணுக்குள்ள வச்சு பாத்துக்குவேன்" என்றார்.

பெரியோர் முன்னிலையில் அடுத்த மாதத்திலேயே ஒரு நல்ல முகூர்த்த நாள் பார்த்து சமர் திருமணம் நிச்சயிக்கப்பட்டது. பெண்ணிற்குப் பிறந்த வீட்டுச் சொந்தங்களாய் சிவாவின் பெற்றோரும் தாத்தா பாட்டியும் திருமண சம்பிரதாயங்களை முன்னின்று செய்து கொடுத்தனர்.

காதல் கணவனின் கரம்பற்றி தன் புது வாழ்வில் நுழைந்த கண்மணிக்கு, திரும்பும் திசையெல்லாம் சந்தோஷ மழை மட்டுமே பொழிந்து கொண்டிருந்தது.

ஈரைந்து மாதம் தன்னை ஈன்றெடுத்த அன்னையை விடவும், ஆயிரம் மடங்கு அன்பாய் பார்த்துக் கொள்ளும் அத்தையின் பாசம் பார்த்து உருகிப்போனாள் பேதை.

ஆரம்ப நாட்களில் அவர் பாதம் பணிய முடியாத தன் நிலையை நினைத்து, தாரை தாரையாய் ஆனந்தக் கண்ணீர் வடித்தவளை ஆதரவாய் முத்தமிட்டு தேற்றினார் ஜானகி.

சமர் தன் அம்மாவிற்கும் ஒரு படி மேலாக நடந்து கொண்டான்..

அவன் வீட்டில் இருக்கும் நேரத்தில் அவனைத் தவிர வேறு எவரையும் கண்மணிக்கு உதவி செய்ய விடமாட்டான். ஆத்திர அவசரத்திற்கு யாராவது கண்மணிக்கு உதவிட முன் வந்தாலும், சிறு பிள்ளை போல முரண்டு செய்து அவனே அந்த வேலையைச் செய்து அவளைச் சிரிக்க வைத்தான்.

திருமணத்திற்குப் பிறகு வந்த கண்மணியின் முதல் பிறந்த நாளுக்கு, "உனக்கு செயற்கை கை பொருத்துவோமா கண்மணி?" என்றான் சமர்.

சடுதியில் முகம் வாடியவள், "ஏன் சமர்? என்னால உங்களுக்குச் சிரமமா இருக்கா? எல்லாம தெரிஞ்சுதான கல்யாணம் பண்ணீங்க? இப்ப ஏன் இப்படி கேக்குறீங்க?" என்று உடைந்த குரலில் கேட்டாள்.

சமர், "ஏய் என்ன பேச்சு பேசுற? நான் பக்கத்துல இல்லாத நேரத்துல உனக்கு நீயே..." என்று பேச ஆரம்பிக்கும் முன்பே,

"எனக்கு கை வேணாம், திரும்ப இழந்துடுவேனோனு பயம்மா இருக்கு. இப்ப இருக்கிற வாழ்க்கையே போதும்" என்றாள் நம்பிக்கை இன்றி.

சமர், "சரி சரி, நல்ல நாள் அதுவுமா மூஞ்சிய தூக்காத, பாக்க சகிக்கல" என்றபடி அவளைப் பின்னாலிருந்து அணைத்தான்.

"என் மூஞ்சிய பாக்க சகிக்கலனா, ஐயாவுக்கு எவ மூஞ்சிய புடிக்குமாம்?" என்று சண்டையிட்டாள்.

சமர் சிரிப்பை அடக்கிக்கொண்டு, "வேற யாரு? எல்லாம் அந்த நயன்தாரா-தான்.." என்றிட, தன்னவனை முறைத்துப் பார்க்க வழியில்லாமல் முட்டி மோதி-னாள்..

அவளால் அசைக்கக்கூட முடியாத படி இறுக்கிக் கட்டிக் கொண்ட சமர் அவளின் இடைவழியே தன் இரு கைகளையும் முன்னால் கொண்டு வந்தான். என்னதான் செய்கிறான் என்று புரியாமல் அவளும் தன் சண்டை போடும் விளை-யாட்டைக் கொஞ்சம் தள்ளிப் போட்டாள்.

தன் கைகளை அவள் முகத்திற்கு நேரே காட்டியவன், "இங்க பாரு, இந்தக் கை ரெண்டும் உனக்குச் சொந்தமானது. இது எப்பவும் உன்னை விட்டுப் போகாது, நீ என்ன வேலை சொன்னாலும் சமத்துப் புள்ளையா செய்யும்" என்றான்.

அவளும் தன் முன் கோபத்தை விடுத்து, "அப்படியா?" என்றாள் ஆசையாய்.

"அப்படித்தான், வேணும்னா ஏதாவது ஒரு வேலை சொல்லு. டிரஸ் மாத்-தனுமா? குளிக்கனுமா? இல்ல.." என்று ஹஸ்கி வாய்ஸில் காம ரசம் சொட்டும் வார்த்தையாடல்களைப் பேச ஆரம்பிக்க,

கண்மணி முந்திக் கொண்டு, "என் புருஷன் தலையில நல்லா நாலு கொட்டு வைக்கனும், செய்ய முடியுமா?" என்று சொல்லிவிட்டு உதட்டைக் கடித்துக் கொண்டாள்.

அவளின் பழிவாங்கும் வகையான அந்த அணுகுமுறையைக் கண்டு சமர் முகம் அஷ்டகோணலாய் மாறியது.

"என்ன? சொன்னா கேக்க மாட்டிக்குது? பேட்டரி ரிப்பேரோ?" என்றாள் கேலி-யாய்.

"குரங்குக்கு வாழ்க்கைப் பட்டுட்டேன், இனி தப்பிக்க முடியுமா?" என்ற சமர் தன் தலையில் தானே கொட்டிக்கொள்ள, பாவையின் மனம் பாகாய் கரைந்து-விட்டது.

"வேணாம் வேணாம், இந்தக் கை எல்லாத்தையும் தப்பு தப்பா பண்ணுது. நானே தண்டனை தர்றேன்" என்றவள் எம்பி அவன் கன்னத்தில் முத்தம் வைத்-தாள்.

அவள் துவங்கிய சிறு கதையை, சமர் தொடர் கதையாக்கிட இருவரின் இல்லறம் இனிதே நகர்ந்தது.

‘இப்படி ஒரு வாழ்விற்கு என்ன தவம் செய்தேன்?’ என்றவள் எண்ணிப் பூரிக்க, இறைவன் இன்னொரு வரமாய் அவளின் மணிவயிற்றில் கரு தங்கிடச் செய்தான்.

சேதி தெரிந்ததும் கமலம் விழுந்தடித்துக் கொண்டு சென்னைக்குச் செல்ல சமர், "குழந்தை பிறக்குற வரைக்கும் கண்மணிக்கு கூடமாட இருந்து உதவி செய்யுங்க அத்தை" என்று ஏமாற்றி அவரையும் தன் வீட்டிலேயே தங்க வைத்து விட்டான்.

தான் பெற்றெடுத்த பிள்ளை இன்று வரை தன்னையும் தன் தங்கையையும் ஒருமுறைகூட தேடாமல் தனியே வாழ்ந்திருக்க, மருமகனாய் வந்த சமர் இன்று மகனாக மாறி நிற்பதை எண்ணி கமலம் ஆனந்தம் கொண்டார்.

பகலெல்லாம் கணினி வேலையில் மூழ்கி இருப்பவன், இரவெல்லாம் ஆசை மனைவியின் மடியில் தலை சாய்த்தபடி கவி எழுதும் வேலையைச் செவ்வணே செய்தான். ஆரம்பத்தில் ஒத்துழைக்க மாட்டேன் என்று முரண்டு செய்தவள், சில நாட்களுக்குப் பிறகு அவ்வப்போது அவன் கவிதையை வாசித்து திருத்தம் செய்ய உதவினாள்.

காலப்போக்கில் சமருக்கு வார்த்தைகளை எடுத்துக் கொடுக்கும் காரியதரிசியாய் கண்மணி செயல்பட்டாள். அவளுள் நம்பிக்கை விதை முளை விட்டதும், அவளைத் தனியே கவி எழுதச்சொல்லி ஊக்குவித்தான் சமர்.

விந்தை வாழ்வில்
விழிபோலே நீவேண்டும்..
எந்தை சிந்தையிலே
முப்பொழுதும் நீவேண்டும்..
கவிழ்ந்து படுக்கையில்
காதலூட்டியபடி நீவேண்டும்..
கனவில் ஏதாயினும்
கதைத்தபடியே நீவேண்டும்..
செங்குருதி பிய்த்தெறிந்தாலும்
செந்தேனாறு ஓடினும்
பொங்குபாலாறு பொய்தாலும்
சிரித்தாலும்
சிதைந்து செத்தொளிந்தாலும்
சேர்ந்தனைத்தபடி எப்போதும் நீவேண்டும் ?

என்பதுதான் அவளின் முதல் கவிதையாய் இருந்தது. எலும்புகள் நொறுங்கும் வண்ணம் வாரியணைத்துக் கொண்டான் சமர். அந்த அணைப்பில் சுகம் கண்ட பேதையும், அவனுக்கென கவிதைகளைத் தொடர்ந்து எழுதினாள்..

கவிதைகளின் எண்ணிக்கை உயர்ந்தாலும், அவை விற்பனைக்கல்ல என்று இருவரும் தத்தமது கொள்கையில் உறுதியாய் நின்று கொண்டனர். விரும்பி கேட்பவர்களுக்கு இலவசமாகவே கொடுத்ததால், இவர்களின் புகழ் திக்கெங்கும் பரவியது.

கண்மணி வயிற்றில் குழந்தை வளரவளர, கவி உழவனின் பெயரும் கவித்துறையில் வளர்ந்து கொண்டே வந்தது.

அவனைத்தேடி திரைத்துறையில், புத்தகத்துறையில், இலக்கியத்துறையில் என்று பலவித வாய்ப்புகள் வந்து குவிந்தது. மனைவியை முழு நேரக் கவி எழுதப் பணித்தவன், அவளுக்காக ஒரு ஓய்வு பெற்ற தமிழ் பேராசிரியை வேலைக்கு நியமித்துவிட்டான்.

ஆனாலும் அவள் அவ்வப்போது அவனையும் எழுத வைத்து அவனின் கவிநடையைச் சரிசெய்ய உதவி செய்வதை நிறுத்தவில்லை.

கண்மணி தன் கனவுகளை நோக்கி கரம் நீட்டத் துவங்கினாள். பேரதிசயங்களை உள்ளடக்கிய வாழ்வெனும் அகராதியில், காதல் கணவனின் கரம் கோர்த்தபடி அவளும் தன் பாதச்சுவட்டை பதிக்க ஆரம்பித்தாள்.

அதன் விளைவாய் இதோ ஒன்பது மாத நிறை வயிற்றினைத் தள்ளியபடி, விருது வழங்கும் விழாவிற்குச் செல்கின்றாள். மேடையில் அவள் ஏறியதும் விண்ணைப் பிளக்கும்படியான பலத்த கரகோஷம் எழுந்தது.

தன் உடலோடு இணைந்து இயங்கும் அதிநவீன செயற்கை கைகளால், உவகையோடு தன் விருதினை பெற்றுக் கொண்டாள் கண்மணி..

ஆம்! அவளுக்குச் செயற்கை கை பொருத்தப்பட்டு விட்டது.

தொகுப்பாளினி, "இந்த வருடத்துக்கான பாவேந்தர் பாரதிதாசன் விருது உங்களுக்கு கிடைச்சிருக்கு. ஒருத்தருக்கு ரெண்டு பேரா வந்து விருது வாங்குறீங்க, இந்த நேரத்துல உங்களோட மனநிலை எப்படி இருக்கு மேடம்?" என்றாள்.

கண்மணி வெற்றிப் பெருமிதம் பொங்க, "ஒரு வருஷத்துக்கு முன்னால என் வீட்டுல இருக்குறதுலயே இருட்டான இடத்துல உக்காந்து இருந்த நான், இன்னிக்கி ஒட்டு மொத்த வெளிச்சமும் விழுற இடத்துல நிக்கிறேன்னா அதுக்குக் காரணம் என் கணவர் சமர்.

என்ன கல்யாணம் பண்றதால எந்த சந்தோஷமும் உங்களுக்குக் கிடைக்காதுனு சொன்ன எனக்கு, எல்லா சந்தோஷங்களையும் அவரு கொடுத்தாரு. இந்த விருது உண்மையில அவருக்குதான் சொந்தம், அவரு மட்டும் என்னையும் என் கவிதையையும் மீட்டு எடுக்கலைனா நான் இன்னும் இருட்டுலயே இருந்திருப்பேன்" என்றாள்.

தொகுப்பாளினி, "நீங்க பேசுறதை வச்சே உங்க பழைய வாழ்க்கை ரொம்பவும் வலி நிறைஞ்சதா இருக்கும்னு எங்களால புரிஞ்சுக்க முடியுது. உங்கள மாதிரி

வாழ்க்கையில ஜெயிக்க போராடுற மக்களுக்கு, நீங்க என்ன சொல்ல விரும்புறீங்க மேடம்?"

"இந்த செயற்கை கைகள நான் என் குழந்தைய நல்லா பாத்துக்கனுங்கிற அக்கறையில பொருத்தினேன். மத்தபடி நம்பிக்கையும் முயற்சியும்தான் என்னோட இரண்டு கைகள். அந்த இரண்டும் இருந்தா போதும், எல்லாராலையும் நிச்சயமா சாதிக்க முடியும்.." என்றவள் தன் விருதினை விண்ணை நோக்கி உயர்த்திக் காட்டினாள்..

அந்நேரம் மேடையின் அனைத்து விளக்குகளின் ஒளியும் ஒட்டு மொத்தமாய் குவிந்து அவள் மேல் விழ, புகைப்பட கலைஞர்கள் அவளின் புன்னகை முகத்தைத் தத்தமது கேமராக்களில் படம் பிடித்துக் கொண்டனர்.

ஒளிமயமான எதிர்காலம், தன் இரு கரங்களையும் நீட்டி கண்மணியை அணைத்துக் கொண்டது...

(முற்றும்)

என் இதர படைப்புகள்

புத்தகமாக பதிப்பானவை:-
மாந்த்ரீகன் (1&2)
கண் கவர் கள்வனே
காமுறக் காதல் கொண்டேன்
ஈங்கிசைக்கும் காதலே
நிழலன்
வழித்துணையாய் வாராயோ
உயிர்க்கடிகை
நனவிலி வினை
விழியோடு விளையாடு
ஆடுகளம்

மாதநாவலாய் பதிப்பானவை:-
அசுரக்காதலன்
நேசமுரடன்
காதல் குமிழ்
வாராயோ வெண்ணிலாவே
பிறை நுதல் பேரழகே

இணைய நூல்கள்:-
காதலில் கரைந்திட வா
காதல்காரா காத்திருக்கேன்
நான் உன் அருகினிலே
நேற்று இன்று நாளை
மரகதவீணை

குறு நாவல்கள்:-
நானே நீயாய் வருவேன்
அடலை யாத்திரை
மாயவனின் மயில் தூரிகை
இறைவ இறைவி
நிலவின் கனவு

இவை தவிர, 'Rhea Moorthy Novels' யூடியூப் சேனலிலும் ஆடியோவாக கேட்டு ரசிக்கலாம்.

www.ingramcontent.com/pod-product-compliance
Lightning Source LLC
LaVergne TN
LVHW010055061026
849532LV00004BC/1617
9798889093800